Kabbalah Para sa Nagsisimula

Pang-Apat na Edisyon

LAITMAN
KABBALAH PUBLISHERS

Rav Michael Laitman, PhD

Kabbalah Para sa Nagsisimula
Copyright @ 2021 by MICHAEL LAITMAN
All rights reserved
Published by Laitman Kabbalah Publishers
www.kabbalah.info   info@kabbalah.info
1057 Steeles Avenue West Suite 532, Toronto, ON, M2R 3XI Canada
No part of this book may be used or reproduced
In any manner without without written permission of the
Publisher, except in the case of brief quotations
Embodied in critical articles or reviews.

Library of Congress Catalog-in-Publication Data
Laitman, Michael.
Kabbalah for Beginners / Michael Laitman. 4th ed.
p. cm.
ISBN 978-1-77228-048-7

1. Cabala, I. title.
BM 525,L.252 2007
296,1'6-dc22   2007021769
Research: Eli Vinokur, Oren Levi,
Photos: Moshe Admoni
Layout: Richard Aquan
Graphics: Baruch Khovov
Copy Editor: Claire Genus
Printing and Post Production: Uri Laitman
Executive Editor: Chaim Ratz

FIRST EDITION: July 2021
First Printing

Kabbalah Para Sa Nagsisimula

MGA NILALAMAN

PAMBUNGAD	11
UNANG BAHAGI: ANG KASAYSAYAN NG KABBALAH	14
Kabanata 1: Mga Salaysayin ng Kabbalah	16
Unang Yugto	17
Ikalawang Yugto	26
Ikatlong Yugto	28
Kabanata 2: Mga Walang Kamatayang Guro ng Kabbalah	31
Rabbi Akiva	32
Punto Ng Pagbabago	33
Pagtuklas sa Batas ng Pag-ibig	34
Pag-aalsa ni Bar-Kokheva	36
Dalawang Hampas sa Gawa ni Rabbi Akiva	37
Rabbi Shimon Bar-Yochai (Rashbi)	38
Estudyante Na Naging Pugante	34
Ang Yungib sa Piqiin	40
Isa sa Milyon-Milyon	42
Isaac Luria (ang Banal na Ari) 1534-1572	43
Isang Tao ng Hiwaga at Alamat	44
Paghahanda sa Paghahayag	46
Rabbi Yehuda Leib HaLevi Ashlag 1884-1954 (Baal Ha Sulam)	48
Mga Pinakamahalagang Gawa	49
Pagpapalaganap ng Salita	51

IKALAWANG BAHAGI: (ANG BUOD NG) DIWA NG KABBALAH	55
Kabanata 3: Ang Simula ng Paglikha	57
Ang mga Espiritwal na Mundo	57
Ang Kaisipan ng Paglikha	58
Apat na Batayang Anyo (at kanilang ugat)	60
Pang-apat na Anyo - Pagnanais sa Kaisipan ng Paglikha	66
Ang Paghahanap sa Kaisipan ng Paglikha	68
Ang Ruta	76
Pag-gamit ng Screen	76
Maisasagawa at Di-maisasagawang Naisin	80
Ang Pangkalahatang Kaluluwa	83
Ang Malaking Paglabag	84
Kabanata 4: Pagbuo Kay Adam Upang Matamo ang Perpeksyon	87
Ang Pyramid	90
Ang Paglikha ng Buhay	92
Tulad nang sa Itaas, Ang sa Ibaba	95
Paakyat sa Bahagdan	97
Pagbubuo ng Sisidlan	100
Ang Pagnanais sa Espiritwalidad	104
Pang-apat na Anyo - ang Anyo ng Pag-inog nang may Kamalayan	106
IKATLONG BAHAGI: USAPAN TUNGKOL SA REYALIDAD	110
Kabanata 5: Lahat Para sa Isa at Isa Para sa Lahat	111
Tatlong Hangganan sa Pag-aaral ng Mataas na Mundo	114
Unang Hangganan - Ang Ating Nakikita	115
Ikalawang Hangganan - Saan Natin Makikita	115
Ikatlong Hangganan - Sino Ang Nakakakita	116
Pagtingin Sa Reyalidad Ng Tama	121
Isang Reyalidad Na Di-Umiiral	124
Ang Mekanismong Panukat	127
Ang Sixth Sense	129
Likhain Ang Iyong Perpektong Reyalidad	132
Ang Isipan Ng Paglikha	135

Pabalik Sa Hinaharap 137
    Dalawang Pamamaraan, Dalawang Landas 139
    Pagnanais Nagtutulak Sa Pag-unlad 140

IKA-APAT NA BAHAGI: KRISIS AT PAGWAWASTO 143
  Kabanata 6: Isang Bagong Paraan Para Sa Bagong Pagnanais 147
    Ang Dilim Bago Ang Bukang-Liwayway 147
    Apat Na Hakbang Tungo sa Isang Bagong Mundo 154
    Alamin Ang Iyong Limitasyon 158
    Ang Riyenda Ng Buhay 161
    Pagbabago Nang Lipunan Upang Mabago Ang Sarili 163
  Kabanata 7: Ang Apat na Aspeto ng Ating Pagkaka-likha 167
    Pagpili Sa Tamang Kapaligiran Para Sa Pagwawasto 171
      Walang Lugar Para Sa Mga Anarkista 176
    Ang Di-Mapipigilang Pagkamatay Ng Ego 178
    Ang Lunas 181
    Huwad Na Kalayaan 184
    Pagkakubli - isang Pangangailangan para sa Malayang Pagpili 186
    Pagsasagawa Ng Malayang Pagpili 187
      Pananampalataya 188
      Katwiran 189

MGA APPENDIX 193
  UNANG APPENDIX: MGA KADALASANG KATANUNGAN 194
    Ano Ang Karunungan Ng Kabbalah? 194
    Ano Ang Espiritwalidad? 198
    Ang Paghahayag Sa Maylikha 199
    Ang Kabbalah Ay Hindi Mistisismo 202
    Pag-aaral Ng Kabbalah 204
    Katawan, Kaluluwa, At Muling-Pagkabuhay 210
  PANGALAWANG APPENDIX: KARAGDAGANG BABASAHIN 218
    Mga Nagsisimula 219
    Intermediate 223

Maunlad	224
Pang-Lahatan	225
PANGATLONG APPENDIX: TUNGKOL SA BNEI BARUCH	228
Kasaysayan At Pinagmulan	228
Ang Paraan Ng Pag-aaral	229
Ang Mensahe	230
Mga Aktibidad	231
Paano Uugnay Sa Bnei Baruch	235

Pambungad

Ang mga siyentipiko ay matagal nang pinag-aaralan ang mga batas ng Kalikasan, ang ating pag-uugali, ang ating lugar sa mundo sa loob ng libong taon. Ngunit, hanggang sa panahong ito, ang mga siyentipiko ay naintindihan na, na habang sila'y umuunlad sa kanilang pagsasaliksik, kanilang natatagpuang lalong nakakalito ang mundo.

Samantalang ang siyensa ay walang dudang nagdala nang napakalaking pag-unlad sa ating mga buhay, mayroong mga hangganan na hindi nito makayang maarok. Halimbawa, ang mga kagamitan ng mga siyentipiko ay hindi magagawang sukatin ang kaluluwa ng tao, o ang batayang dahilan sa ating mga pagkilos. Kung ito'y makakayang gawin, maaari nating "i-programa" ang mga tao na kumilos tulad nang ating gusto. Ngunit dahil hindi natin magawang mahiwatigan ang pinaka-nilalaman nang ating mga motibo, tayong mga tao, ang pinaka-rurok ng Paglikha, ay wala pa ring kamalayan kung bakit tayo sumulpot sa mundong ito.

Ang tao ay matagal nang naghahanap ng mga kasagutan sa pinakabatayang katanungan sa buhay: "Sino ako?" "Ano ang layunin ng aking buhay?" "Bakit umiiral ang mundo?" "Patuloy ba tayong iiral matapos na ang ating pisikal na pagkatao ay magwakas?"

Sa kawalan nang sapat na kasagutan, ang marami ay nakatagpo ng pansamantalang masisilungan sa mga katuruan ng Silangan, sa meditasyon o kaya'y sa mga paraan na susupil sa mga personal na inaasam na makakabawas sa pagdurusang dala ng kabiguan.

Datapwat, ang karanasan ay nagtuturo sa atin na hindi natin kailanman mabibigyan ng kasiyahan ang lahat ng ating mga hangarin; samakatwid, palagi tayong makakaramdam ng maraming antas ng kawalan ng kasiyahan. Ngunit sa pinaka-ubod ng ating pagkatao, ang tunay na ugat ng ating paghihirap ay nagmumula sa ating kawalan ng kakayahang masagot ang napakahalagang katanungan: "Bakit ako naririto?"

Ang Kabbalah ay sinasagot ang tanong na ito, at sa pamamagitan nito, aakayin tayo tungo sa ganap at walang hanggang kasiyahan. Ito'y magtuturo sa atin paano natin maaabot ang mahalagang pagdama sa espiritwal na mundo - ang "sixth sense" at mapabuti ang ating buhay sa mundong ito. Gamit ito, ating magagawang maramdaman ang Mataas na Mundo - ang Maylikha - at magkaroon ng kontrol sa ating buhay.

Ang Bibliya, *The Book of Zohar, The Tree of Life, The Study of the Ten Sefirot*, at iba pang pinagmulan ng tunay na Kabbalah ay ibinigay sa atin upang umunlad tayo sa espiritwal na mundo. Sa kanilang tulong, matatamo natin ang espiritwal na mundo. Ipinapaliwanag nito paano natin maibabaling ang ating buhay dito sa mundo sa landas patungo sa pag-angat na espiritwal.

Sa pagdaan ng maraming henerasyon, ang mga Kabbalista ay nakapagsulat ng maraming aklat sa iba't-ibang istilo, bawat isa'y naka-akma sa panahon kung kailan sila nabuhay. Katulad dito, *ang Kabbalah for Beginners*, ay isinulat upang makatulong sa inyo na lakarin ang inyong unang hakbang sa pag-unawa sa ugat ng pag-uugali ng tao at mga batas ng Kalikasan. Ang nilalaman dito ay inilatag ang batayang prinsipyo ng diwa ng Kabbalah at inilalarawan paanong ang mga prinsipyong ito ay umiiral. Ang aklat na ito ay sinadya para doon sa mga naghahanap nang isang mapagkakatiwalaang paraan ng pag-aaral ng ating mundo. Ito ay isinulat para doon sa mga nagnanais na maunawaan ang mga kadahilanan sa ating mga paghihirap at pati na ang kasiyahan, yaong mga nagsisikap na makapagkamit ng kontrol sa kanilang mga buhay at magawa itong kapana-panabik at isang maligayang paglalakbay.

*Ang aklat na ito ay batay sa mga sanaysay at mga lectures ni Rav Michail Laitman, PhD, na matapos ay inayos nang mga miyembro ng Ashlag Reseach Institute (ARI).

UNANG BAHAGI

Ang Kasaysayan ng Kabbalah

Walang talagang pagkakaiba sa pagitan ng kasaysayan ng Kabbalah at kasaysayan ng mundo, maliban na ang Kabbalah ay nagsasabi ng kaparehong salaysay mula sa espiritwal na pagtingin. Ito ay katulad ng pag-aaral natin sa ating buhay mula sa dalawang magkaibang pagtingin. Mula sa pangkasaysayang pagtingin, ang ating nakaraan ay isang pagkakasunod-sunod na mga pangyayari na naganap sa atin o sa ating mga ninuno, samantalang sa pagtingin naman ayon sa Kabbalah, ang ating nakaraan ay isang pagkakasunod-sunod na mga pangyayaring espiritwal, na ipinahayag sa isang serye ng mga eksenang tinatawag nating "buhay dito sa Lupa."

Tulad ng ating makikita sa Ikatlong Bahagi, ang kasaysayan ay hindi naman talagang "inilalahad" sa Kabbalah; sa halip, ito ay nararanasan sa loob ng bawat isa sa atin nang magkakahiwalay. Ang mga Kabbalista ay hindi tumutukoy sa panlabas na reyalidad bilang isang nahahawakang reyalidad, ngunit ipinaliliwanag na ang ating nahihiwatigan na "panlabas" ay talagang isang salamin lamang ng mga larawan na umiiral lamang sa ating panloob na katangian.

Ang Unang Bahagi ng aklat ay tatalakay sa kasaysayan ng Kabbalah bilang mga karanasan na naganap sa pisikal na mundo. Ang Pangalawang Bahagi ay gagalugad sa pinagmulan at istruktura ng reyalidad. Ang Pangatlong Bahagi ay magsisiyasat sa ating panloob na reyalidad, at ang Pang-apat na Bahagi ay pagsasama nang tatlong bahagi sa isang maliwanag at praktikal na pandaigdigang pananaw.

1
MGA SALAYSAYIN NG KABBALAH

Si Rambam (Maimonides), isang dakilang Kabbalista ng ika 12th siglo ay isinulat na ilang libong taon na ang nakaraan, noong ang sangkatauhan ay nakalublob sa pagsamba sa mga diyos-diyosan, may isang tao na hindi makasunod sa agos. Ang kanyang pangalan ay "Abraham, ang Patriach." Si Abraham ay nagmuni-muni at nagsaliksik hanggang kanyang matagpuan ang katotohanan: na ang mundo ay mayroon lamang *isang namumuno*.

Noong kanyang natuklasan ito, kanyang naisip na natuklasan niya ang walang kamatayang katotohanan sa buhay, at siya'y humayo upang ibahagi ito sa mundo. Upang mailinaw ang kanyang mensahe, bumuo siya ng isang paraan na makakatulong sa kanya na ipaliwanag ang kanyang pananaw nang mas maliwanag. Simula noon, ang mundo ay nagkaroon ng isang paraan na naghahayag ng katotohanang ito. Ngayon ang paraang ito ay nanatiling mabisa tulad noon at tinatawag natin ito na "ang karunungan ng Kabbalah."

UNANG YUGTO

Sa Unang Kabanata ng kanyang aklat na *The Mighty Hand*, si Maimonides ay inilarawan kung paanong may isang panahon nang ang mga tao ay nalalaman na mayroon lamang isang lakas na namamahala sa mundo. Kanyang ipinaliwanag na matapos ang maraming taon, dala nang mahabang panahon ng pagbaba ng buhay espiritwal, kanilang nakalimutan ito. Sa halip, ang mga tao ay naniwala na mayroong maraming diyos sa mundo, na merong sari-sariling responsibilidad. Ang ilang diyos ay responsable sa paglalaan ng pagkain, ang ilan ay may kinalaman sa pagtulong para sa matagumpay na pag-aasawa, at ang iba naman ay may kinalaman na manatili tayong malusog at mayaman.

Subalit isang tao, na ngayon ay atin nang kilala bilang Abraham, ay napansin na lahat ng mga diyos na ito ay sumusunod din sa parehong batas ng kapanganakan at kamatayan, pagsibol at pagkatuyo. Upang matuklasan kung ano yaong mga batas, siya'y nag-umpisang pag-aralan ang Kalikasan. Ang pananaliksik ni Abraham ay nagturo sa kanya na mayroon lamang talagang isang puwersa, at lahat ng iba pa ay tanging maliit na manipestasyon nito. Ito ay ang Unang Yugto ng espiritwal na pag-inog ng sangkatauhan.

Marahil isang kilalang tradisyon ng mga Katutubo sa Amerika ay ang Sirkulo ng Konseho. Dito, ang mga miyembro ay nakaupong nakapaikot

Kabanata 1: Mga Salaysayin ng Kabbalah

at bawat isang miyembro ay nagpapahayag nang kanya-kanyang pagtingin sa isang usapin. Katulad nito, si Abraham ay hindi nais na makita ang mga bagay ayon kanyang pananaw lamang. Nais niya na makakita sa pamamagitan ng mata ng bawat isa, at nang sa gayon ay matuklasan ang isang puwersa na kumikilos at nagiging sanhi na <u>ang nakikita nang ibang tao ay ibang mga bagay.</u>

Noong matuklasan ni Abraham ang katotohanang ito, nagsimulang siyang palaganapin ito. Dala nang pangangailangan na ipaliwanag ang isang konsepto na sumasalungat sa bawat bagay na ang kanyang mga kapanabayan ay pinapaniwalaan, si Abraham ay napilitang bumuo ng isang pamamaraan ng pagtuturo na makakatulong sa kanya na ihayag ang konseptong ito sa kanila. Ito ang simula ng paraan ng pagtuturo na ating tinatawag ngayon na "Kabbalah" (mula sa salitang Hebreo na *Lekabel*, - pagtanggap). Ngayon, ang Kabbalah ay nagtuturo sa atin paano natin matutuklasan ang puwersa na nagga-gabay sa atin, at sa ganitong paraan, makatanggap ng walang hanggang kagalakan at kasiyahan.

Pag-uusapan natin ang natuklasan ni Abraham ng detalyado sa dakong huli ng aklat, ngunit dapat banggitin dito na ang buod ng kanyang natuklasan, na ang sansinukob ay "sumusunod" sa isang puwersa ng pag-ibig at pagbibigay. Ang puwersang ito ang tinawag ni Abraham at lahat ng mga propeta sa Bibliya na "Ang Maylikha." Kapag ang mga tao ng Bibliya ay bumabanggit ng Maylikha, o Panginoon, o Diyos, sila'y tumutukoy hindi sa isang nilalang, kung hindi nang isang puwersa ng pagmamahal at pagbibigay, at kung paano nila ito nauunawaan. Kung ito'y ilalagay natin sa ating pag-iisip, ating makikita ang paraan ng Kabbalah na malinaw at madaling maintindihan.

Ang natuklasan ni Abraham ay hindi nagkataon lamang. Ito'y dumating sa tamang panahon upang salungatin ang paglaganap ng egoismo at kasakiman na nagbabantang sumira sa pag-ibig at pagkakaisa sa pagitan ng mga tao at sa pagitan ng sangkatauhan at nang Maylikha.

Ang pagkakaisang ito ay ang natural na kalakaran ng buhay ng sangkatauhan bago sa panahon ng Tore ng Babel. Ito ang ibig sabihin ng "At ang buong daigdig ay may isang lengguwahe at isang salita" (Genesis 11:1). Bawat isa ay nakikilala ang Maylikha, ang puwersa ng pag-ibig at pagbibigayan at ang lahat ay nagkakaisa rito. Ang mga tao ay nararanasan ito bilang bahagi ng kanilang mga buhay, at hindi nila kailangang pagsumikapan ang kanilang pagkakaisa, tulad ng ginagawa ngayon, dahil walang egoismo na naghihiwalay sa kanila. Ito ang kung bakit sa Bibliya ay nasusulat na sila ay may "iisang lengguwahe" at iisang salita."

Ngunit sa sandaling ang egoismo ng mga tao ay nagsimulang lumakas, ginusto nilang gamitin ang kanilang pagkakaisa para sa kanilang sariling pakinabang. Ito ay nagbunsod sa Maylikha ng pag-aalala. Sa madaling salita, ang puwersa ng pag-ibig ay kinailangang kumilos upang salungatin ang paghihiwalay ng sangkatauhan sanhi ng egoismo. Sa salita ng Genesis, "Ang Panginoon ay nagsabi, Masdan, sila'y isang tao, at lahat sila'y may iisang salita,… at ngayon walang bagay na kanilang nais na gawin ay magiging imposible sa kanila (Genesis 11:6).

Upang iligtas ang sangkatauhan sa sarili nitong egoismo, ang Maylikha, bilang nag-iisang lakas na natuklasan ni Abraham, ay may isa sa dalawang bagay na magagawa: ikalat ang sangkatauhan upang maiwasan ang malaking kapahamakan sa sagupaan ng mga makasariling interes, o turuan ang mga tao paano papangibabawan ang kanilang egoismo.

Ang huling pagpipilian ay naghahain ng isang malinaw na pakinabang: kung ang mga tao ay mananatiling nagkakaisa sa kabila ng kanilang egoismo, hindi lamang kanilang mapapanatili ang kanilang kalakaran sa buhay, sila'y magkakaroon ng talagang pakikipag-kaisa nang mas higit sa Maylikha. Sa madaling salita, ang pagsisikap na mabuklod sa kabila ng kanilang lumalagong egoismo, ay magtutulak sa mga tao na maging mas higit na naka-ayon at nagkakaisa sa Maylikha at sa isa't-isa.

Narito ang halimbawa ng prinsipyong ito: Isipin na ikaw ay isang mayaman at gusto ng isang makinis at bagong Jaguar. Ito ay hindi malaking usapin; pumasok ka lamang sa pinakamalapit na dealer ng sasakyan at lumabas na nagmamaneho ng kotse nang iyong pangarap. Gaano kaya katagal na ang iyong kasiyahan ay magtatagal? Isang linggo? Malamang mas maigsi pa. At paanong pangangalaga ang talaga mong magagawa para sa iyong bagong sasakyan na nangangailangan ng hindi lamang nang isang beses na pagbisita sa dealer upang maasikaso ito?

Ngunit kung ikaw ay hindi naman mayaman at kailangang magtrabaho sa dalawang trabaho sa loob ng dalawang taon upang magkaroon ng Jaguar, walang dudang mamahalin at papahalagahan mo ang iyong sasakyan nang husto. Ang pagsisikap na iyong ilalagay upang "mapalapit" ang iyong sarili dito ay gagawing mo sa sasakyang ito na napakahalaga sa iyo.

Ito ang pakinabang ng pakikipag-bigkis sa Maylikha sa kabila ng lumalagong egoismo. Ang egoismo ay nagsisilbi nang isang mahalagang layunin: ito ay naririto upang bigyan kayo ng mga bagay na pagsusumikapan upang mapangibabawan, isang "lugar ng ehersisyo" kung saan makakaya mong gumawa ng mga pagkilos na magiging mahalaga para sa iyo ang puwersa ng pag-ibig - ang Maylikha.

> (Naisip ni Abraham): Paano nangyari na ang gulong na ito ay patuloy na umiikot ng walang nagmamaneho? At sino ang nagmamaneho nito? Matapos ang lahat, hindi naman nito magagawang magmaneho sa sarili nito! At wala siyang naging guro, at walang isa man na hinayaan siyang makaalam. Sa halip, siya ay napalibutan ng mga taong sumasamba sa mga rebulto, mga hangal. At ang kanyang ama at ina at lahat ng mga tao ay sumasamba sa mga rebulto. At maging siya rin ay sumasambang kasama nila. At ang kanyang puso ay gumalugad at nakaunawa, hanggang natamo niya ang landas ng katotohanan."
>
> Maimonides, *Yad HaChazakah (The Mighty Hand)*, Idolatry Rules

Kaya ang Maylikha ay inihayag ang Kanyang Sarili kay Abraham upang ipakita sa kanya paanong ang sangkatauhan ay magagawang "magpraktis" at "gumawa" para sa pagmamahal sa Maylikha, nang sa gayon ay mapalapit na Kanya. Ito rin ay kung bakit si Abraham ay naging masugid na taga-pagpalaganap ng kanyang paraan.

Nalalaman niya na ang oras ay mahalaga: kaya alinman dito, tinuruan niya ang kanyang mga tagasunod kung paano magkaisa sa pamamagitan ng pakikipag-bigkis sa Maylikha - ang puwersa ng pag-ibig - o ang kanilang lumalagong egoismo ay magtitiwalag sa kanila sa iba pa at sila'y magkakawatak-watak o magpapatayan ang bawat isa.

Tulad ng Bibliya at iba pang matandang tekstong Hebreo na nagturo sa atin, ang mga taga Babylon ay tinanggihan at nilibak ang alok ni Abraham. Hinarap ni Abraham ang kanilang hari, si Nimrod, at pinatunayan na ang kanyang pamamaraan ay maaaring magawa. Ngunit sa halip na gamitin ito, tinangka ni Nimrod na ipapatay si Abraham. Ngayong nakataya na ang kanyang buhay, tumakas si Abraham sa Babylon at nagsimulang ituro ang kanyang paraan habang gumagala "mula sa iba't-ibang bayan, at iba't-ibang kaharian, hanggang siya'y makarating sa Lupain ng Israel." (Maimonides, *The Mighty Hand*, Idolatry Rules, Chapter 1).

Sa kabila ng paghihirap at mga pagsubok, ang katuruan ni Abraham ay umani ng suporta at ang kanyang mga tagasunod ay tumulong sa kanya na ibahagi ang kanyang kaalaman sa iba, na nagpuno ng kanilang hanay ng mga "bagong kaanib." Sa kalaunan, ang nag-iisang mandirigma ng katotohanan ay dumami, bumuo ng isang bayan na ang pangalan ay, "ang bayan ng Israel," na sumimbulo sa isang bagay na silang lahat ay tinaglay - ang kanilang pagnanais para sa Maylikha. Ang salitang Israel sa katunayan ay kumbinasyon ng dalawang salitang Hebreo: *Yashar* (straight) at *El* (God). Ang mamamayan ng Israel ay yaong mga taong may isang pagnanais sa kanilang mga puso: upang maging tulad ng Maylikha, pinagkaisa ng altruismo at pag-ibig.

Ang pagbagsak ng Tore ng Babel ay hindi ang katapusan ng kuwento, bagkus simula lamang. Ang puwersa ng pag-ibig, na natuklasan ni Abraham, ay nais na patibayin ang bigkis nito sa sangkatauhan. Ngunit dahil ang Maylikha ay puwersa ng pag-ibig, at minamahal tayo tulad ng makakayanang pagmamahal ng sinuman sa iba pa, ang tanging pagpapatibay ng pagkakabuklod ay maaari lamang manggaling mula sa atin. Kaya itong puwersang ito, ang Mayikha ay patuloy na pinalalago ang ating egoismo, para tayo'y umangat sa ibabaw nito sa pamamagitan ng ating pagpapatibay ng ating kaugnayan sa Kanya.

Para doon sa mga gustong manatili na makasarili, ang mas malakas na egoismo ay nangangahulugan nang mas malaking pagkakatiwalag. Bilang resulta, ang mga tao na dating nagkakaisa ay nahati sa iba't-ibang bansa at nagimbento ng mga bagong teknolohiya na kung saan sila'y nakagawa ng mga makabagong armas. Kanilang ginamit ang mga armas na iyon upang ipagtanggol ang sa kanilang pag-aakala ay kanilang kalayaan, ngunit ang katotohanan ay ang lumakas lamang nilang pagiging makasarili at pagkakatiwalag sa Maylikha at sa isa't-isa.

Hindi nila ito namamalayan, na sila'y naging alipin nang kanilang lumakas na egoism habang nasa maling pag-aakala na napapangalagaan nila ang kanilang mga sarili laban sa mga magnanais na puminsala sa kanila. Ang kanilang egoismo ay nagbunsod sa kanila na makalimutan na noong sila'y nagkakaisa, hindi nila kailangan ang armas, dahil wala silang egoismo na nagbibigay sa kanila ng pakiramdam na ang kanilang kalayaan ay nasa panganib.

Ngunit yaong mga gustong manatili sa pagkakaisa, at mapalalim ang bigkis ng pagmamahal, ay itinuring ang kanilang egoismo bilang oportunidad upang lumago. Sa kanila, ito'y naging katanggap-tanggap na pagsubok, sa halip na isang problema o krisis.

Datapwat upang makayanan ang kanilang tuminding egoismo, kinailangan nilang paunlarin ang paraan ni Abraham. Ito naman ang naging hudyat para kay Moses. Tulad sa mga taga Babylon at kanilang hari na si Nimrod, ang pangingibabaw sa bagong antas ng egoismo--na ngayon ay kinatawan naman ng mga taga-Ehipto at kanilang hari na si Pharaoh--ay nangangahulugan na dapat takasan ito.

Si Pharaoh ay hindi lamang simpleng masamang hari. Sa katunayan kanyang dinala ang Israel (yaong mga may nais sa Maylikha) na mapalapit sa Maylikha. Sa Kabbalah, si Pharaoh ay isang ehemplo ng egoismo, at ang tanging paraan na matatakasan siya ay ang magkaisa (sa pagitan ng bawat isa at sa Maylikha). Tulad ng ating naipakita sa nakaraan, ang pagkakaisa ay ginagawa ang isang maging malapit (mas katulad) sa Maylikha. Upang magapi ang Pharaoh, si Moses ay bumalik sa Egypt matapos siyang makatakas, pinagkaisa ang mga tao sa iisang ideya na itinaguyod ni Abraham maraming taon na ang nakakaraan at muli tinulungan ang mga Israelita na makatakas.

Ngunit sa pagkakataong ito, ang Israel ay ginapi ang isang mas malakas na ego. Si Pharaoh ay hindi katulad ni Nimrod, hari ng Babel; hindi siya kayang gapiin ng isang determinadong tao lamang. Para magapi si Pharaoh ay mangangailangan ng isang buong, nagkakaisang bansa. At dahil si Moses ay kinakailangang ituro ang paraan ni Abraham sa isang buong bansa, sumulat siya ng isang bagong aklat, isang paghahalaw sa mga katuruan ni Abraham para sa buong bansa: Ang Torah (Pentateuch).

Ngunit dahil ang Maylikha, bilang isang puwersa nang pag-ibig at pagbibigay, ay nais magkaloob nang hindi lamang sa isang bansa. Nais Niyang malaman nang buong mundo na mayroon lamang isang lakas, na tatanggapin nito ang handog na nais Niyang ipagkaloob sa sangkatauhan -- ang Kanyang Sarili.

Kaya habang ang Torah ni Moses ay isang malaking hakbang, dahil nakatulong ito sa buong bansa na makaugnay sa Maylikha, ito'y hindi pa ang dulo ng daan. Ang dulo ng daan ay mararating lamang kapag ang buong mundo ay naka-ugnay sa Kanya, nararanasan ang bigkis ng pagmamahal at pagkakaisa na ang sinaunang mga taga Babylon ay nagawa bago nangyari ang unang pagsilakbo ng egoismo. Sa madaling salita, ang dulo ng daan ay mararating sa sandaling ang buong sangkatauhan ay mabawing muli kung ano ang dating nasa kanya na nawala.

Sa artikulong, "Ang esensya ng Diwa ng Kabbalah," ang Kabbalistang si Rabbi Yehuda Ashlag ay inilatag ang layunin ng Paglikha bilang isang "nagiisang mabunying adhikain na inilarawan bilang "paghahayag nang Kabanalan sa Kanyang mga nilikha sa mundong ito.

IKALAWANG YUGTO

Ang pangalawang yugto sa espiritwal na pag-inog ng sangkatauhan ay nagsimula mga dalawang libong taon na ang nakakaraan, noong ang *Book of Zohar*, ang pinaka-importanteng aklat ng Kabbalah, ay naisulat at pagkatapos ay ikinubli. Ito ay naisulat matapos na ang mga Israelita ay itinapon sa kanilang huli at pinakamatagal na pagkakatapon.

Tulad ni Abraham at Moses sa Unang Yugto, ang pangalawang yugto ay mayroon ding dalawang higanteng sarili nito: si Shimon Bar Yochai (Rashbi) at Ang Banal na Ari (Rabbi Isaac Luria). Ang *Book of Zohar*, tulad ng sinasabi sa aklat mismo ay isang komentaryo ng Torah. Tulad ng ipinaliwanag ni Moses ang mga salita ni Abraham para sa buong bansa, ang *Book of Zohar* ay sinadya upang ipaliwanag ang mga salita ni Moses sa buong mundo. Ito ang dahilan kung bakit madalas mababasa na ang *Book of Zohar* ay nakatalagang lumitaw sa panahon ng Messiah sa "huling mga araw." Ito rin ang dahilan kung bakit si Rabbi Yehuda Ashlag, ang dakilang Kabbalista ng ika-20th siglo, ay isinulat na ang muling pagkakatuklas ng *Book of Zohar* ay patotoo na ang "araw ng Messiah" ay naririto na.

Tulad sa tuwina, ang tanging panglaban sa pag-angat ng egoismo ay pagkakaisa, at sa mas malaking egoismo, lalong mahalaga para sa mga tao na magkaisa. Sa umpisa, ang pagkakaisa ng mga tagasunod at pamilya ni Abraham ay sapat na. Pagkatapos, nang makalabas si Moses sa Egypt, kinailangan niyang pag-isahin ang buong bansa upang magtagumpay. Sa kasalukuyan, kailangan nating mapagkaisa ang buong sangkatauhan. Ang egoismo ay umabot na sa tindi na kung hindi magkakaisa ang sangkatauhan upang mapangibabawan ito, hindi tayo magtatagumpay.

"Aking natagpuan ito na nasusulat na ang kautusan mula sa itaas na huwag hayagang lumahok sa diwa ng katotohanan ay para lamang sa isang panahon--hanggang sa dakong huli ng taong 1490. Mula noon.. ang pagbabawal ay inalis na, at ang pahintulot ay ipinagkaloob na upang lumahok sa *The Book of Zohar*. At mula sa taong 1540, naging kapuri-puri na para lumahok ang maraming bilang, at dahil dito sa kabutihang ito na ang Haring Messiah ay darating at hindi sa iba pa mang kagalingan."

Rabbi Avraham Azulai
Pambungad sa aklat, <u>Ohr ha Chama (Light of the Sun)</u>

Ang pangalawang yugto sa proseso ng pakikipag-isa ng sangkatauhan sa Maylikha ay may malaking pagkakaiba sa una. Ang sandaling iyon ay panahon ng banayad na paglago, noong ang daan sa pag-iisa ng sangkatauhan--ang diwa ng Kabbalah--ay pinipino pa at pinapaunlad sa mga madidilim na silid at sa gitna ng mga malilit at di-kapansin-pansing mga grupo. Ito ang dahilan kung bakit ang dalawang pinaka-mahalagang gawa nang panahon na iyon, ang *Book of Zohar* at ang *Tree of Life* ni Ari, ay itinago kaagad ng mga may akda nito mismo matapos ang mga ito'y maisulat. At ito'y lumitaw muli makalipas ang maraming taon, at sa usapin ng *The Zohar*, makalipas ang maraming daang taon.

IKATLONG YUGTO

Ang ikatlo at huling yugto ng espiritwal na pag-inog ng sangkatauhan ay nagsimula noong taong 1990. Noong taong 1945, si Rabbi Yehuda Ashlag, may akda ng *Sulam* (Ladder), ang komentaryo sa *The Book of Zohar*, ay ipinahayag na ang huling yugto ay magsisimula sa taong 1995. Katulad dito, ang Vilna Gaon (GRA) ay isinulat sa kanyang aklat na *The Voice of the Turtledove,* na ang yugtong ito ay magsisimula sa taong 1990. Maraming iba pang Kabbalista ay gumawa ng katulad na mga pahayag, na tumukoy sa konklusyon na ang hinaharap ay narito na, at ngayon ang panahon upang magkaisa bilang isa at gapiin ang egoismo nang una at higit sa lahat.

Ang buong kasaysayan ng sangkatauhan ay pinanday ng mga pakikitunggali laban sa egoismo, na sinundan ng mga pagsisikap na magkaisa sa kabila nito. Sa ngayon, karamihan ng mga siyentipiko ay nagkakaisa na ang pagiging makasarili ng tao at maling pagkaunawa sa mga batas ng kalikasan ay ang sanhi nang lahat nang kamalian sa ating mundo. Isinulat ni Yehuda Ashlag ang tungkol dito noong mga taong 1930s at 1940s, ngunit nang mga panahong iyon, siya ay tila isang tinig sa kaparangan.

Kamakailan ito'y naging malinaw na kung hindi natin babaguhin ang ating mga sarili, ang mundo ay hindi magbabago patungo sa kabutihan. Sa katunayan, sinisira natin ang ating planeta at ang ating lipunan sa mga maraming kaparaanan na ang paglutas sa mga problema nang hiwa-hiwalay ay imposible na. Upang malutas ang ating mga problema kinakailangan natin ang isang panglahatang solusyon, na ating matatapuan lamang sa sandaling mabago natin ang egoismo ng tao tungo sa altruismo, at makipag-isa sa puwersa ng pag-ibig--ang Maylikha.

Sa kanyang artikulong, "Peace in the World" isinulat ni Ashlag na kung tayo'y magkakaisa, bawat isang nilalang sa sangkatauhan ay personal na mararanasan ang Maylikha sa pinaka-malalim na kahulugan ng salita, tulad ng nasusulat, "lahat sila'y makikilala Ako, mula sa pinaka-aba sa kanila hanggang sa pinaka-dakila sa kanila" (Jeremiah 31:33). Ang karunungan ng Kabbalah ay inihanda bilang isang paraan na makakatulong sa atin na gawin yaon--magkaisa--at maranasan ang Maylikha. Sa kanyang "Introduction to the Book Zohar," si Ashlag ay isinulat na kung isasama natin ang Kabbalah sa ating pangaraw-araw na pamumuhay, makakamit natin ang layunin kung para saan tayo nilikha, at tayo'y muling magiging "iisang lengguwahe at iisang salita," na kaisa ng Maylikha, at hindi na kailanman mawawalay muli.

2
MGA WALANG-KAMATAYANG GURO NG KABBALAH

Sa loob ng mahabang panahon, maraming Kabbalista ang nagsulat ng mga makabuluhan at magagandang aklat. Ngunit gusto nating bigyang pansin ang apat na napaka-espesyal na Kabbalista at ang kanilang mga aklat. Ang mga taong ito ay isinulat ang kanilang aklat upang makatulong sa mga nagsisimula upang maging pamilyar sa Kabbalah. Bukod-tangi kay Rabbi Akiva, na hindi tayo iniwanan ng isang aklat bilang kanyang kontribusyon. Sa halip, biniyayaan niya tayo ng mga kapani-paniwalang mga konsepto na patuloy na nakaka-impluwensiya sa atin hanggang ngayon.

Si Rabbi Akiva ay ang inspirasyon at ang halimbawa para sa lahat ng Kabbalista simula nang kanyang panahon--noong una at ikalawang siglo CE. Sumunod kay Rabbi Akiva ay si Rabbi Shimon Bar Yochai (Rashbi), na nagbigay sa atin ng *The Book Of Zohar*. Pagkatapos, makalipas ang labing-apat na siglo ay dumating si Rabbi Isaac Luria (Ang Banal na Ari), na ang ipinamana ay ang *The Tree of Life;* at sa panghuli ay dumating si Rabbi Yehuda Ashlag (Baal HaSulam), na yaong *The Study of the Ten Sefirot*, isang aklat na kung wala nito, ang isang kasalukuyang estudyante ng Kabbalah ay hindi matatamo ang espiritwalidad.

Ang mga dakilang Kabbalista ay itinugma ang kanilang mga isinulat sa kanilang henerasyon. Kaya ang lengguwahe ay nag-iiba upang tumugma sa antas ng pananaw ng kanilang mga kapanahunan. Ngunit ang mensahe ay nanatiling pareho--ang salawikain ni Rabbi Akiva na, "Mahalin ang iyong kaibigan tulad ng pagmamahal sa sarili." Ang mensaheng ito ay dinadala tayo pabalik sa mensahe ni Abraham na sa pamamagitan lamang ng pagkakaisa at pagbibigkis natin magagapi ang egoismo, makakamit ang Maylikha, at matatagpuan ang isang buhay na may pisikal at espiritwal na kaligayahan.

Atin ngayong saliksikin ang mga personal na kuwento nitong mga haligi ng espiritwalidad.

RABBI AKIVA

Si Rabbi Akiva ay nabuhay noong una at ikalawang siglo CE; siya ang pinaka-kilalang pantas ng kanyang panahon. Siya ay nangungunang guro, ang pangunahing Kabbalista ng kanyang panahon at nakilahok sa pagsusulat ng mga esensyal na espiritwal na teksto nang kanyang panahon--ang *Mishna* at ang *Halacha*. Kasabay nito, siya ang espiritwal na lider ng Bar-KoKheva revolt, at ang taong naghayag sa mundo ng batas ng pagmamahal. Hanggang sa edad na apatnapu, si Rabbi Akiva ay isang iliteradong pastol na may karaniwang pamumuhay. Hindi niya kailanman napangarap na isang araw lahat ng ito'y magbabago ng napakabilis.

Kabanata 2: Mga Walang Kamatayang Guro ng Kabbalah 33

ANG PUNTO NANG PAGBABAGO

Hanggang sa puntong iyon, si Rabbi Akiva ay nagtatrabaho bilang pastol para kay Kalba Savua. Bandang edad ng kwarenta, nagsimula siyang makaramdam ng pagnanasang di-mapigilan na maunawaan ang kahulugan ng buhay at matuklasan ang mga panuntunan na naghahari dito. Sa panahong iyon, siya ay may ugnayan sa puso kay Rachel, anak na dalaga ni Kalba Savua, isa sa pinaka-mayaman at iginagalang na tao sa Jesrusalem ng panahong iyon. Ang ama ng babae ay hindi sang-ayon sa pagkahumaling ng kanyang anak na dalaga sa isang "ignorante." Ngunit katulad ng magagandang kuwento, ang pag-ibig ang nangibabaw, at ang magkasintahan ay ikinasal nang laban sa kalooban ng kanyang ama.

Ayon sa Talmud (isang komentaryo sa Mishna), si Rachel ang humikayat kay Rabbi Akiva na umalis ng bahay at humayo upang mag-aral ng Kaballah mula sa mga dakilang Kabbalista ng panahong iyon. Ang puso ni Rachel ang nag-udyok sa kanya na tanging sa ganitong paraan na ang kanyang asawa ay matatagpuan ang kasagutan sa kanyang mga katanungan. Pinasumpa niya ang kanyang asawa na hindi siya babalik hanggat hindi niya natatamo ang mga batas ng Mataas na Mundo. At kasama ang pagpapala ng kanyang asawa, ang espiritwal na landas ni Rabbi Akiva ay nagsimula.

Si Rabbi Akiva ay nag-aral sa ilalim ng tatlong Kabbalista: Rabbi Elazar, Rabbi Yehoshua at Nahum, Tao ng Gamzu. Umakyat siya sa mga baitang ng espiritwal na bahagdan nang antas sa bawat antas, at unti-unting nalampasan niya ang kanyang mga guro, hanggang sa dakong huli'y naging pangunahing Kabbalista ng kanyang henerasyon.

Sa sandaling kanyang natutunan ang lahat ng kanyang makakayanan mula sa kanyang mga tagapagturo, itinayo ni Rabbi Akiva ang kanyang sariling seminaryo. Ang mga usap-usapan tungkol sa kanyang karunungan ay mabilis na kumalat at 24,000 na mag-aaral mula sa iba't-ibang lugar ng bansa ang dumating upang mag-aral sa ilalim niya.

PAGTUKLAS SA BATAS NG PAG-IBIG

Ang katangi-tanging pamamaraan ng pagtuturo ni Rabbi Akiva ay nakapagtanim ng pagmamahalan tulad ng magkakapatid sa kanyang mga mag-aaral. Ang pisikal na reyalidad ay sumusunod sa kaparehong batas ng pag-ibig, ang Maylikha, na naghahari sa espiritwal na daigdig. Samakatwid, kapag ang isang tao ay kumikilos ayon sa batas ng pag-ibig, siya ay naka-ayon sa Kalikasan at nakakaramdam bilang isang buo at walang-kamatayan tulad ng Kalikasan. Ngunit kapag tayo'y kumikilos batay sa pagmamahal sa sarili sa halip na pag-ibig na tulad nang sa magkakapatid, tayo'y nagdurusa at nakakaramdam ng kalungkutan.

Ang kaligayahan o kawalan ng kaligayahan ay hindi dumarating sa atin galing sa labas ng ating mga sarili; ang mga ito'y tuwirang resulta ng ating pag-kakatulad sa Kalikasan (ang Maylikha). Ang Maylikha ay walang ibinibigay sa atin kung hindi mabubuting bagay dahil Siya ay isang puwersa ng pag-ibig. Ngunit kung tayo'y kabaligtaran Niya, hindi natin matatanggap ang mga ito. Ito ang sanhi ng bawat pait <u>at kasawian sa mundo.</u>

Natuklasan ni Rabbi Akiva ang batas ng Kalikasan, na ang batas ng pag-ibig ay palagian at di-nagbabago. Kanyang nalaman na kapag nagbago ang ating pagtingin sa iba, kaagad nating mararamdaman na ang buong reyalidad ay nagbago rin. Kanyang tinanggap na ang makasariling pakikitungo ay ang dahilan ng bawat anyo ng paghihirap sa mundo.

Ang ego o tulad ng tawag ng mga Kabbalista dito, ang "makasariling pag-ibig," ay ikinukulong tayo sa loob ng limitadong reyalidad na ating nararanasan at hindi tayo hinahayaan makarating sa walang hanggang daigdig nang espiritwal na buhay. Ang tanging paraan upang maranasan ang walang hanggan ay sa pamamagitan ng pagbabago ng ating pakikitungo sa iba. Pinaigsi ni Rabbi Akiva ang kanyang natuklasan sa kanyang naging tanyag na kasabihan, "Mahalin ang iyong kaibigan tulad ng iyong pagmamahal sa sarili; ito ay isang dakilang panuntunan sa Torah (katuruan)."

ANG PAG-AALSA NI BAR-KOKHEVA

Noong taong 132 CE, sa ilalim ng pamumuno ni Shimon Bar-KoKheva, ang kaharian ng Judea ay nag-alsa laban sa mga Romano. At sila ay tila magtatagumpay nang napilitang umatras ang mga Romano. Sa matinding kagipitan, ang mga Romano ay humingi ng tulong at nang dumating ang bagong tropa ng mga sundalo, nagbago ang balanse ng labanan. Winasak ng mga Romano ang lahat ng bagay sa kanilang dinadaanan at nakubkob nila ang Kaharian ng Judea. Laksang-libong mga Hudyo ang nasawi, at yaong mga nadakip ay ipinagbili bilang mga alipin.

Ang pagdurog sa pag-aalsa ni Bar-Kokheva ay ang simula ng isa sa pinaka-makahulugang sandali sa kasaysayan ng Kabbalah. Ang pisikal na mga guho nang Judea ay naging isang palatandaan ng pagbaba ng esperitwalidad ng mga mamamayan, at ang pinaka-malinaw na simbolo ng ganitong paghina ay ang pagkakatayo ng paganong siyudad ng Aelia Capitolina sa ibabaw ng mga guho ng Jerusalem.

Ang mga Kabbalista na patuloy na nagturo sa kabila ng mga guho ay pisikal na pinahirapan hanggang mamamatay, at si Rabbi Akiva ay naging isa sa mga naging biktima. Patuloy siyang nagturo at ipinamahagi ang karunungan ng Kabbalah hanggang siya ay dakpin ng mga Romano. Ipinadala siya sa kulungan sa Caesarea, kung saan siya ay malupit na binitay ng komisyoner na Romano.

DALAWANG HAMBALOS SA GAWAIN NI RABBI AKIVA

Sa nakalipas na 5,000 taon o higit pa, ang sangkatauhan ay dumanas ng ilang pagsambulat ng egoismo. Bawat pagsabog ay nagpamalas nang mga paghahangad sa mga tao nang higit sa dati nilang ginagawa, at ang bawat pagsabog na ito ay nagpabago sa takbo ng kasaysayan.

Ang unang pagsabog ay naganap sa Babel sa panahon ni Abraham. Ang ikalawa ay sa panahon ni Moses at ang ikatlo ay sa panahon ni Rabbi Akiva. At bilang resulta nitong huling bugso ng egoismo, ang pagmamahalan bilang magkakapatid sa mga mag-aaral ni Rabbi Akiva ay napalitan nang walang-malinaw-na-dahilang-pagkamuhi sa isa't-isa. Ito ay nagbunga ng pagbagsak ng esperitwalidad nang kanyang mga estudyante, na hindi na magawang mabanaagan ang espiritwal na mundo, at naging limitado na lamang ang pandama dito sa pisikal na mundong ito.

Matapos na masadlak sa walang-malinaw-na-dahilang-pagkamuhi ang mga mag-aaral, sila'y dumanas ng isa pang hambalos. Sila'y tinamaan ng isang salot, na kumitil ng lahat ng 24,000 estudyante liban sa limang estudyante ni Rabbi Akiva. Ang natirang lima ay nabuhay dahil napanatili nila ang kanilang pagmamahalan bilang magkakapatid. Ang isa sa limang nabuhay sa salot ay ang taong nagpatuloy sa mga katuruan ni Rabbi Akiva at isinulat ito. Ang kanyang pangalan ay Rabbi Shimon Bar Yochai, na kinalaunan ay nagsulat sa *The Book of Zohar*.

Kabanata 2: Mga Walang Kamatayang Guro ng Kabbalah

RABBI SHIMON BAR-YOCHAI
(RASHBI)

Sa pamamagitan ng kanyang guro na si Rabbi Akiva, natanggap ni Rabbi Shimon Bar Yochai (Rashbi) ang 3,000 libong taon nang natipong espiritwal na kaalaman--lahat nang nakamit ng mga Kabbalistang nauna sa kanya. Matapos niyang isulat ito, itinago niya ito dahil ang sangkatauhan ay hindi pa handa para dito. Ngayon, ayon sa prominenteng Kabbalista na si Yehuda Ashlag at ang Vilna Gaon (GRA) tayo sa katunayan ay handa na para sa paghahayag ng *The Book of Zohar*.

Si Rashbi, may akda ng *The Book of Zohar* (*The Book of Radiance*) ay isang Tana--isang dakilang pantas sa umpisang bahagi ng siglo ng Bagong Panahon (Common Era - CE). Siya rin ay direktang tagasunod ni Rabbi Akiva. Maraming alamat ang nabanggit tungkol kay Rashbi, na paulit-ulit na beses na nabanggit sa Talmud at sa Midrash, ang banal na teksto ng kanyang panahon.

Si Rashbi ay isinilang at lumaki sa Galilee. Siya ay nanirahan sa Sidon (isang siyudad na sa ngayon ay Lebanon) at sa Meron (sa hilaga ng Israel), at nagtatag ng isang seminaryo sa Hilagang Galilee, malapit sa Meron.

Kabanata 2: Mga Walang Kamatayang Guro ng Kabbalah

Maging noong bata pa, siya ay kakaiba sa iba pang mga bata na kasing-edad niya. Mga katanungan tulad nang, "Ano ang layunin ng aking buhay?" "Sino ako?" Paano nalikha ang mundo?" ay binabagabag siya, at hinihingan siya ng kasagutan.

Sa panahong iyon, ang buhay sa Galilee ay malupit: ang mga Romano na pumatay sa kanyang gurong si Rabbi Akiva, ay patuloy na inuusig at inaaapi ang mga Hudyo, at walang tigil sa pag-iimbento ng mga bagong batas upang pahirapan sila. Kabilang sa mga batas na ito ay isang batas na nagbabawal sa mga Hudyo sa pag-aaral ng Kabbalah.

Ngunit sa kabila ng pagbabawal nang mga Romano, si Rashbi ay nilulong ang sarili niya sa pag-aaral ng Kabbalah at pinilit na maunawaan ang mga kasalimuotan nito. Kanyang nararamdaman na sa ilalim ng mga kuwento sa Bibliya ay nahihimlay ang isang malalim at natatagong kahulugan na humahawak sa mga kasagutan sa kanyang mga paulit-ulit na katanungan.

Unti-unti, naging malinaw kay Rashbi na kailangan niyang makatagpo ng isang guro na nakatawid na sa espiritwal na landas, nagkaroon na nang karanasan at makakapag-gabay sa kanya paakyat sa espiritwal na bahagdan. Ito ay nagbunsod sa kanya na sumapi sa grupo ni Rabbi Akiva, ang isang desisyon na magpapabago sa buhay ni Rashbi.

ESTUDYANTENG NAGING PUGANTE

Si Rashbi ay isang masugid at matapat na mag-aaral na nag-uumapoy sa pagnanasang matuklasan ang Mataas na Puwersa. Nag-aral siya sa ilalim ni Rabbi Akiva sa loob ng labingtat-long taon, at nakamit ang pinakamataas na antas ng espiritwal na bahagdan.

Ang Bar-Kokheva na pag-aalsa laban sa paghahari ng mga Romano sa lupain ng Israel ay dagliang tinapos ang mga dakilang araw ng seminaryo ni Rabbi Akiva. Sumama si Rashbi sa pag-aalsa at naging isa sa mga pinuno nito, at matapos na malaman paanong ang kanyang guro ay pinatay, ang kanyang pakikipaglaban ay lalong naging mabangis.

Ang Talmud ay nagsabi na minsan nang si Rashbi ay nagsalita laban sa paghahari ng mga Romano, may isang nakarinig sa kanya at ipinagbigay alam sa mga maykapangyarihang Romano. Ang mga Romano ay nilitis si Rashbi nang wala siya at sinintensiyahan ng kamatayan. Subalit para siya mabitay kailangan munang madakip nila siya. Ang emperador ng Roma ay nagpadala ng mga tauhan upang hanapin siya, ngunit sa kanilang pagkabigo, si Rashbi ay tila bulang lubos na naglaho.

ANG YUNGIB SA PIQIIN

Ayon sa tradisyon, si Rashbi at kanyang anak ay tumakas papuntang

Kabanata 2: Mga Walang Kamatayang Guro ng Kabbalah   41

Piqiin, isang lugar sa hilagang bahagi ng Israel, kung saan nagtago sila sa isang yungib at nagsaliksik sa karunungan ng Kabbalah, kung saan natuklasan nila ang buong sistema ng paglikha.

Pagkalipas ng labing-tatlong taon sa yungib, nalaman ni Rashbi na ang emperador ng Roma ay namatay na. Sa wakas, maaari na siyang makahinga ng maluwag. Pagkatapos lisanin ang yungib, tinipon ni Rashbi ang siyam na estudyante at nagtungo sila sa isang mas maliit na yungib, na kilala bilang Ang Idra Raba (Ang Dakilang Asembliya), hindi kalayuan mula sa Meron. Sa kanilang tulong, isinulat niya ang *The Book of Zohar*, ang pinakamahalagang aklat ng Kabbalah.

Ang tanda sa pasukan ng lihim na yungib ni Rashbi, ang pangalan nito – Ang Asembliya – at ang mga pangalan ng mga miyembro ng kanyang grupo.

Inilahad ni Yehuda Ashlag na si Rashbi at ang kanyang mga mag-aaral ang tanging mga tao na nakapagtamo ng kahusayan--ang 125 na antas nang ganap na pagwawasto ng kaluluwa. Nang natapos niya ang kanyang komentaryo sa *The Book of Zohar*, si Ashlag ay nagdaos ng piging upang ipagdiwang pagtatapos nito. Sa pagdiriwang na iyon, kanyang sinabi na "...bago sa pagdating ng araw ng Messiah, imposible na magantimpalaan ng 125 na antas sa kabuuan...maliban kay Rashbi at kanyang mga kasabayan, ang mga may akda nang *The Book of Zohar*. Sila'y nagantimpalaan nang lahat nang 125 na antas sa kabuuan, bagamat sila'y nabuhay bago ang panahon ng Messiah."

Ito ang dahilan kung bakit madalas na nababanggitt sa *The Book of Zohar* na wala nang henerasyon tulad ng henerasyon ni Rashbi hanggang sa henerasyon ng Haring Messiah," (ang panahon na ang lahat ng sangkatauhan ay naiwasto.) Ito ang dahilan kung bakit ang sanaysay ni Rabbi Shimon ay lumikha ng tanda sa mundo dahil ang mga espiritwal na lihim dito ay naka-abot sa lahat nang 125 na antas.

ISA SA MILYON-MILYON

Si Rashbi ay isang natatanging kaluluwa na ang misyon ay tumulong sa bawat nilikha na maka-ugnay sa Mataas na Puwersa. Ang ganitong uri ng kaluluwa ay dumarating sa ating mundo at nagdaramit na isang dakilang Kabbalista. Sa bawat panahon na ang ganitong kaluluwa ay lumilitaw, itoy nag-aakay sa sangkatauhan sa isang espiritwal na antas at nag-iiwan nang marka nito sa mga aklat ng Kabbalah, na nakakatulong sa sumusunod na mga henerasyon.

"Itong sanaysay na tinawag na *The Book of Zohar*, ay parang Arko ni Noah: mayroong maraming uri, ngunit yaong mga uri at mga pamilya ay hindi mabubuhay kung hindi papasok sa Arko... Kaya ang matuwid ay mabubuksan ang natatagong Liwanag nang sanaysay na ito para magpumilit, at ito ang kahusayan nang sanaysay na ito, na kaagad kapag lumalahok...ito'y mag-aakit sa kanya tulad ng batu-balani na umaakit sa bakal. At siya ay papasok dito upang iligtas ang kanyang kaluluwa at espiritu at ang kanyang pagwawasto."

Si Rav Kook, <u>Ohr Yakar (Bright Light)</u>

Walang alinlangan na ang *The Book of Zohar* ay isa sa pinaka-kilalang sulatin sa mundo. Ito ay naging paksa ng libo-libong mga kuwento, at bagamat ito'y naisulat mahigit dalawang libong taon na ang nakalipas, ang aklat ay nababalot pa rin ng misteryo. Ang bighaning nakapalibot dito ay napakalaki na kahit na ang aklat ay lubos na hindi maunawaan sa ating henerasyon nang walang tamang interpretasyon, milyon-milyong mga tao ang nagtitiyagang sumubok na arukin ang lihim nito

ISAAC LURIA (ANG BANAL NA ARI)
1534 - 1572

Sa loob lamang ng isang taon at kalahati, Isaac Luria (ang Banal na Ari) ay binago ng lubusan ang Kabbalah at ginawa itong madaling maabot

Kabanata 2: Mga Walang Kamatayang Guro ng Kabbalah

nang karamihan. Simula sa kanyang panahon, ang kanyang "Lurianic Kabbalah" ay ang naging pangunahing paraan ng pag-aaral ng Kabbalah.

Ang Ari ang pinaka-dakilang Kabbalista ng 16th na siglo sa Safed, isang bayan malapit sa lugar ni Rashbi sa Meron. Sa panahon ni Ari, ang Safed ay kilala dahil sa populasyon nito na mga Kabbalista.

Ang kuwento ng buhay ni Ari ay nababalot ng misterio at mga alamat. Ang isang alamat ay nang siya ay ipinanganak, ang kanyang ama ay sinabihan na ang kanyang anak ay nakatalagang maging dakila. Ang biglaang pagkamatay ni Ari sa edad na tatlumpu't-walong gulang, sa gitna nang kanyang kalakasan ay isa pa ring misteryo hanggang sa kasalukuyan.

ISANG TAONG MAHIWAGA AT ALAMAT

Si Ari ay isinilang sa Jerusalem nang taong 1534. Sa edad na walong taon, pumanaw ang kanyang ama, at ang kanyang pamilya ay naiwang hikahos. Sa tulak ng kahirapan, ang kanyang ina ay nagpasiya na ipadala ang musmos na si Isaac sa Egypt upang tumira sa kanyang amain, kung saan kanyang ginugol ang malaking bahagi ng kanyang buhay.

Habang bata, si Ari ay ikukulong ang kanyang sarili sa kanyang silid ng mahabang oras at kung minsan nang ilang araw. Ibababad niya ang kanyang sarili sa *The Book of Zohar*, at pipiliting maunawaan ang mga masasalimuot na bagay. Maraming mga kuwento ang nagsasabi na si Ari ay ginantimpalaan nang "ang paghahayag ni Elijah" (isang katangi-tanging espiritwal na paghahayag), at kanyang natutunan ang *The Zohar* mula "kay Elijah". Para kay Ari, ang *The Book of Zohar* ay ang buong mundo.

Bilang sentro ng pag-aaral ng Kabbalah noong ika 16th na siglo, ang Safed ay umakit ng maraming nagsasapraktika nito mula sa malapit at galing sa malayo. Dagdag pa rito, ang Safed ay hindi kalayuan sa Mt. Meron, ang pinaglibingan kay Shimon Bar-Yochai at kalapit na lugar din ng yungib ni Rashbi, ang Idra Arba.

Sa taong 1570, isang malupit na taglamig (winter) ang tumama sa Egypt. Ang walang patid na ulan ay lumikha ng malaking pagbaha, matinding bayo ng hangin na tumangay sa mga bubong ng mga bahay at ang ilog Nile ay umapaw at nilubog ang maraming mga lugar sa dilubyo ng tubig at putik.

Isang kuwento ay nagsabi na ang Propetang si Elijah ay binisita si Ari isang gabi habang nasa kasagsagan ng bagyo nang nakakalunos na taglamig na iyon at nagsabi sa kanya, "Ang iyong katapusan ay malapit na. Lumisan ka rito; isama mo ang iyong pamilya at tumungo sa bayan ng Safed, kung saan ikaw ay sabik na hinihintay. Doon sa Safed, iyong matatagpuan ang iyong taga-sunod na si Chaim Vital. Ibabahagi mo ang iyong karunungan sa kanya, basbasan mo siya bilang kasunod mo at ay siya ang hahalili sa lugar mo."

Kaya sa kalagitnaan ng taglamig, si Ari ay nagtungo sa Safed sa lupain ng Israel. Siya ay tatlumpu't-anim na taon nang sandaling iyon, at siya ay mayroong pang dalawang taon nalalabi sa kanyang buhay.

PAGHAHANDA PARA SA PAGHAHAYAG

Ang mga Kabbalista ay itinago ang karunungan ng Kabbalah sa loob ng 1,5000 taon bago dumating si Ari, mula nang itago ni Rashbi ang *The Book Of Zohar*. Sila'y gigising at babangon sa hatinggabi, magsisindi ng kandila at isasara ang mga bintana upang ang kanilang mga boses ay hindi marinig sa labas. Pagkatapos buong galang nilang ibubuklat ang aklat at magsasaliksik sa mga pahina nito, magsisikap na magagap ang mga natatagong katotohanan dito. Ang mga Kabbalista ay nag-atubili na ipalabas ang kanilang gawain dahil nangangamba sila na ito ay maipakahulugan nang hindi tama. Ang *The Book of Zohar* ay nagsabi na ito'y muling lilitaw sa sandaling ang henerasyon ay handa na, at sa panahon noon ni Ari, ang mga Kabbalista ay naramdaman na ang henerasyon ay hindi pa handa.

Ang sangkatauhan ay matagal na naghintay sa loob ng maraming siglong taon para sa nararapat na gabay na magbubukas ng pintuan ng karunungan ng Kabbalah sa publiko. Sa wakas, sa pagdating ni Ari sa Safed at sa sumunod na muling pagkaka-tagpo ng publiko sa *The Book of Zohar*, dito'y lumabas na sa wakas ay dumating na ang panahon na ipakilala ang lihim ng Kabbalah sa mundo.

Kabanata 2: Mga Walang Kamatayang Guro ng Kabbalah

> Nakakapag-taka, na sa panahon ni Ari, at kahit walang anumang malinaw na tuwirang kuneksyon, maraming tao, partikular laluna sa mga intelektwal at mga taong nasa sining, ay nagkaroon ng masugid na interes sa Kabbalah. Isa sa mga ito ay si Giovanni Pico della Mirandola (1463-1494), isang Italyanong iskolar. Ang kanyang aklat na, *Conclusions*, ay nagtataglay ng sumusunod na pangungusap: "Itong tunay na interpretasyon ng batas... na inihayag kay Moses sa maka-diyos na tradisyon ay tinatawag na Kabbalah...na sa mga Hebreo ay tulad nang sa atin 'pagtanggap'.

Mahirap masukat ang kahalagahan at katanyagan ni Ari. Sa loob lamang ng labing-walong buwan, nakapag-iwan siya ng malaking marka sa kasaysayan ng kaisipan at ng sistema ng pagtuturo ng Kabbalah. Ang kanyang mga katuruan ay nagpakilala ng isang bago at sistematikong paglalahad ng kaalamang espiritwal. Sa pag-gamit ng sistema ni Ari, sinuman sa ngayong siyentipikong panahon ay maaaring matamo kung ano ang nakakamit nang ilang piling mga tao noong una.

Kabilang sa mga aklat ni Ari, ang *The Tree of Life* ay marahil ang pinaka-mahalaga. Ang aklat na ito ay inilalahad ang mga katuruan ni Ari sa isang malinaw at simpleng istilo. Sa maraming taon, ang *The Tree of Life* ay naging isa sa mga pinaka-esensyal na teksto sa Kabbalah, pangalawa lamang sa *The Book of Zohar*. Si Ari ay pumanaw sa edad na tatlumpu't-walo matapos dapuan ng sakit na sanhi ng isang salot na lumaganap noong tag-araw ng taong 1572.

Ang kanyang paglitaw ay panimula ng isang bagong kapanahunan. Hindi lamang siya isa sa pinaka-dakilang Kabbalista, siya rin ay isa sa mga unang pinagkalooban ng "permiso mula sa Itaas" na isiwalat ang karunungan ng Kabbalah sa mundo. Ang kanyang abilidad na baguhin ang anyo ng Kabbalah mula sa isang sistema para sa piling iilan tungo sa isang sistema para sa lahat, ay ginawa siyang isang espiritwal na higante sa mahabang panahon. Sa ngayon, maraming kaluluwa ang naihanda para sa espiritwal na pag-angat, at para magawa ito, kanilang kailangan na matutunan ang kanyang paraan, ang Lurianic Kabbalah.

RABBI YEHUDA LEIB HALEVI ASHLAG
(BAAL HASULAM)
1884 - 1954

Si Rabbi Yehuda Ashlag ay mas kilala bilang Baal HaSulam (Owner of the Ladder - May-ari ng Bahagdan) dahil sa kanyang *Sulam* (Ladder), isang komentaryo sa *The Book of Zohar*. Si Baal Sulam ay ginugol ang kanyang buong buhay sa pagpapalinaw sa diwa ng Kabbalah, pinaunlad at ipinakalat itp sa kabuuan ng Israel at sa buong mundo. Kanyang inangkop ang Lurianic Kabbalah ni Ari sa ating henerasyon, at dahil dito binigyan ng kakayahan ang bawat isa na mapag-aralan ang ugat ng reyalidad kung saan tayo ay nabubuhay at sa gayon maunawaan ang tunay na layunin ng buhay.

Kabanata 2: Mga Walang Kamatayang Guro ng Kabbalah 49

Dahil si Baal HaSulam ay isinilang nang ang mundo ay handa nang malaman ang tungkol sa Kabbalah, ang kanyang mga sinulat ay may taglay na kapansin-pansing "pang-sandaigdigang" katangian. Kanyang ipinahayag bago pa man maganap ang mga pangyayaring tulad nang pagbagsak ng komunismo sa Russia at ang globalisasyon bago pa man ito naging malinaw sa ating lahat, at inilahad ang mga ito bilang bahagi nang espiritwal na pagwawasto ng sangkatauhan.

Si Baal HaSulam ay isinilang sa Warsaw, Poland at nag-aral ng Kabbalah sa ilalim ni Rabbi Yehoshua ng Porsov. Noong 1921, siya'y nangibang bayan kasama ang kanyang pamilya tungo sa Israel (na noo'y tinatawag na Palestine) at tumigil sa Makasaysayang Siyudad ng Jerusalem.

Ang usap-usapan tungkol sa kanyang pag-dating ay mabilis na kumalat sa siyudad, at kaagad naging kilala sa kanyang karunungan sa Kabbalah. Unti-unti, isang grupo ng mga estudyante ay nabuo sa kanyang paligid, na dumarating sa kanyang tinitirhan sa madaling araw upang mag-aral ng Kabbalah. Di kalaunan, si Baal HaSulam ay umalis sa Siyudad ng Jerusalem at lumipat sa ibang lugar sa Jerusalem sa Givat Shaul, kung saan siya ay naglingkod bilang rabbi ng komunidad nang ilang taon.

ANG KANYANG MGA MAHALAGANG GAWA

Ang kanyang dalawang pangunahing gawa, na bunga ng maraming taon nang pag-gawa ay ang *The Study of the Ten sefirot*, batay sa mga panulat ni Ari at ang *The Book of Zohar with the Sulam Commentary*. Ang publikasyon ng labing-anim na bahagi ng *The Study of the Ten Sefirot* ay nag-umpisa noong 1937. Ang *The Book of Zohar with the Sulam Commentary* ay inilathala sa labing-walong volumes sa pagitan ng 1945 - 1953. Di-naglaon, sinulat ni Baal HaSulam ang karagdagang tatlong volumes kung saan kanyang ipinaliwanag ang *The New Zohar*. Ang paglalathala nang huli ay nakumpleto noong 1955, pagkatapos ng kanyang pagyao.

The Book of Zohar with the Sulam (Ladder) Commentary

Sa pambungad ng kanyang komentaryo sa *The Book of Zohar*, kanyang ipinaliwanag kung bakit tinawag niya itong "Ang Bahagdan" (The Ladder). "Tinawag ko ang aking interpretasyon na *The Sulam* (*Ladder*), upang ipakita ang papel ng aking komentaryo ay tulad ng silbi ng anumang bahagdan: kung mayroon kang kisame na puno ng mabubuting bagay, kailangan mo lamang ng isang bahagdan upang akyatin ito, at ang lahat ng kasaganaan ng mundo ay mapapasa-kamay mo."

Si Baal HaSulam ay lumikha ng isang serye ng mga pambungad na nag-hahanda sa estudyante sa epektibong pag-aaral ng mga teksto ng Kabbalah, at nililinaw ang sistema ng pag-aaral. Ang mga ito'y binubuo ng "*The Preface to the Book of Zohar*," "*Preface to the Book of Zohar*,"

"*Preface to the Book of Kabbalah*," "*Preface to The Sulam Commentary*," "*A General Preface to The Tree of Life*," at ang "*Introduction to The Study of the Ten Sefirot.*"

Noong 1940, si Baal HaSulam ay naglathala ng isang pahayagan na kanyang tinawag na *The Nation*. Sa kanyang huling mga taon, kanyang isinulat ang *The Writings of the Last Generation*, kung saan kanyang sinuri ang iba't-ibang uri ng pamahalaan, at inilarawan ang isang detalyadong plano para sa pagtatatayo nang wastong lipunan sa hinaharap.

PAGPAPALAGANAP NG SALITA

Si Baal HaSulam ay hindi lamang nagkasya sa simpleng pagsusulat ng kanyang ideya sa papel. Sa halip, siya'y gumalaw ng buong sigasig upang isulong ang mga ito ideyang ito. Bilang bahagi ng kanyang pagsisikap, siya'y nakipag-pulong sa mga kilalang mga tao tulad ni David Ben Gurion, ang unang Prime Minister ng Israel, Chaim Nachman Bialik, Zalman Shazar, at marami pang iba.

Isinulat ni Ben Gurion sa kanyang diary na kanyang tinagpo si Baal HaSulam ng ilang beses, at sa mga pulong na ito ay nagulat ako dahil "Nais kong kausapin siya tungkol sa Kabbalah, ngunit siya ay tungkol sa socialismo."

Kabanata 2: Mga Walang Kamatayang Guro ng Kabbalah

> "Sa katunayan tayo'y dumating na sa isang antas na ang buong mundo ay maituturing na isang kolektibong isang lipunan. Ibig sabihin, dahil ang bawat isang nilalang sa mundo ay humahango para sa kanyang buhay at kanyang kabuhayan mula sa lahat ng tao sa buong mundo, siya ay puwersadong mag-lingkod at mangalaga sa sa kapakanan ng buong mundo… Ang posibilidad na makagawa ng isang maganda, masaya at mapayapang pamamahala sa isang bansa ay sasalungat kapag hindi ito ginanap sa lahat ng bansa sa mundo."
>
> -Baal HaSulam, "Peace in the World"

Isang sipi mula sa pahayang *Haaretz*, na nalathala noong December 16, 2004: "Isang araw sa Jerusalem noong unang bahagi nang 1950, si Shlomo Shoham, na kinalaunan ay naging isang kilalang manunulat at criminologist, ay humayo upang makatagpo ang Kabbalistang si Rabbi Yehuda Ashlag. Si Ashlag noong panahong iyon ay sinusubukang mag-imprenta ng *Hasulam* (The Ladder), ang kanyang komentaryo sa *The Book of Zohar*, sa salitang Hebreo… Sa sandaling siya'y makaipon ng kaunting pera, mula sa mga maliliit na donasyon, siya'y mag-iimprenta ng mga bahagi ng kanyang *Hasulam*.

'Natagpuan ko siya sa isang sira-sirang gusali, halos isang barung-barong, na nagtataglay nang isang lumang printing press. Hindi niya kayang bumayad ng isang kahista (typesetter) kaya siya ang nagkakasa mismo ng letra kada letra, habang nakatayo sa harap ng printing press ng mahabang oras, sa kabila ng kalagayang siya ay nasa kanyang ika-animnapung taong gulang na. Si Ashlag ay malinaw na isang *Tzadik* (matuwid na tao) - isang mapagkumbabang nilalang, na may maaliwalas na mukha. Ngunit siya ay lubos na walang impluwensiya at labis na naghihikahos. Kalaunan, aking napag-alaman na umubos siya nang napakaraming oras sa pagkakasa ng mga letra na ang tingga na ginagamit sa pag-iimprenta ay nakapinsala sa kanyang kalusugan."

Umabot ng lampas sa kalahating siglo para makilala ang kanyang kadakilaan, ngunit ngayon ang kanyang mga pagtatamo ay naging bantog at kilala. Sa kasalukuyang panahon, ang kanyang mga katuruan ay umakit ng napakaraming pansin, at daang-libong mga tao sa buong mundo ay nag-aaral ng kanyang mga gawa, na isinalin sa napakaraming, iba't-ibang wika. Ngayon, sinuman na tunay na nagnanais na umangat sa espiritwal na mundo ay madaling magagawa ito.

Si Baal HaSulam ay isang kamangha-mangha at kumplikadong indibidwal, may malawak na pag-iisip at kaalaman. Siya ay masugid na taga-subaybay ng mga pangyayari sa daigdig gayundin sa mga pangyayari na nagaganap sa Israel kung saan siya'y naninirahan. Ang kanyang mga pananaw ay itinuturing na rebolusyonaryo at napakalayo ng narating dala nang pagiging mapangahas nito maging sa kasalukuyan pamantayan.

Si Baal HaSulam ay pumanaw noong 1954, ngunit ang kanyang mga ideya ay ipinag-patuloy ng kanyang kahalili, ang kanyang panganay na anak, na si Rabbi Baruch Shalom Ashlag (Rabash).

PANGALAWANG BAHAGI

Ang (Buod ng) Karunungan ng Kabbalah

Tulad nang ating isinulat sa umpisa ng Unang Bahagi, ang reyalidad ay isang panloob na usapin, isang salamin nang ating panloob na karanasan. Ang mga karanasang iyon ay "ipinapadala" sa ating kamalayan, na parang isang pelikula, kaya naiisip natin na ang mga ito ay totoo. Itong Pangalawang Bahagi ay tututok sa pinagmumulan niyong mga pelikula at ang silbi nang mga ito sa ating buhay.

3

ANG PANIMULA NG PAGLIKHA

Ngayong nailatag na natin ang kahalagahan ng pag-aaral ng Kabbalah, panahon na upang matutunan ang ilan sa mga batayang ideya dito. Bagama't ang lawak ng aklat na ito ay hindi nagpapahintulot para sa isang lubusang pag-aaral ng mga espiritwal na mundo, sa dakong huli ng kabanatang ito, kayo'y magkakaroon ng isang matibay at sapat na batayan kung nais ninyong magpatuloy sa mas malalim na pag-aaral ng Kabbalah.

ANG MGA ESPIRITWAL NA MUNDO

Ang Paglikha sa kabuuan ay gawa nang isang pagnanais na tumanggap ng kasiyahan. Ang pagnanais na ito ay uminog sa apat na bahagi, na ang pinaka-dulo ay tinawag na "isang nilikha." Itong plantilla ng balangkas ng pag-inog ng pagnanais ay ang batayan nang lahat ng bagay na umiiral.

Ang Pigura 1 (p.49) ay naglalarawan ng limang bahagi ng pagkakagawa ng nilikha. Kung ating titingnan itong prosesong ito na tulad ng isang kuwento, makakatulong sa atin kung tatandaan na ang mga nakalarawan ay nagsasalaysay ng mga pagbabago sa ating emosyon, at hindi sa mga lugar o mga bagay

ANG KAISIPAN NG PAGLIKHA

Bago malikha ang anumang bagay, ito'y dapat na pag-isipan o planuhin. Sa ganitong usapin, ating pinag-uusapan ang tungkol sa Paglikha at ang kaisipan na tanging sanhi kaya ang Paglikha ay nangyari. Tinawag natin itong "Ang Isipan ng Paglikha."

Sa unang bahagi, ating sinabi na si Abraham na nakatuklas ng karunungan ng Kabbalah at ang unang nagpahayag nito, ay sinabi na ang sansinukob ay "tumatalima" sa isang puwersa ng pag-ibig at pagbibigay. Dahil kanyang natanto na ito ang puwersa na lumikha ng lahat ng buhay, tinawag niya itong "ang Maylikha." Kaya sa Kabbalah ang salitang "Kalikasan" ay kasing-hulugan ng salitang "Maylikha." Kanya ring sinabi na ang kalooban ng Maylikha ay upang mabigyan tayo ng isang napaka-espesyal na handog: ang maging katulad Niya. Dahil ang sa Kanya ay ang pinaka- perpekto, pinaka-makapangyarihan at pinaka-nakakaalam sa estado na maaaring umiral, at dahil Siya ay isang puwersa ng pag-ibig, nais Niyang ipagkaloob sa atin ang pinaka-mainam: ang Kanyang Sarili.

Ang Figure 1 ay naglalarawan ng Isipan ng Paglikha bilang isang pagnanais na magbigay ng kasiyahan (tinawag na "Liwanag") sa mga nilikha. Ito rin ang ugat ng Paglikha, kung saan tayo at lahat ng may-buhay ay nagsimula.

Kabanata 3: Ang Panimula ng Paglikha

Ang mga Kabbalista ay ginamit ang salitang *Kli* (vessel/receptacle/sisidlan) upang ilarawan ang pagnanais na tanggapin ang kasiyahan, ang Liwanag. Ang sisidlan ay ang espiritwal na pandama, ang kasangkapan na nakakadama sa Maylikha. Ngayon ating mauunawaan kung bakit tinawag ng mga Kabbalista ang kanilang karunungan na "ang karunungan ng Kabbalah" (ang karunungan nang pagtanggap).

Mayroon ding magandang dahilan bakit ang mga Kabbalista ay tinawag ang kasiyahan na "Liwanag." Kapag ang *Kli*--isang nilkha, isang nilalang ay naramdaman ang Maylikha, ito'y isang karanasan nang dakilang karunungan na sumasapit sa isang nilalang. Sa sandaling iyon ay mangyari sa atin, ating matatanto na ang lumitaw na bagong karunungan ay dati nang naroroon, lamang ito'y nakatago. Ito'y tulad nang kadiliman nang gabi na naging liwanag ng araw, at ang di-nakikita ay nakikita. Dahil ang Liwanag na ito ay nagdadala ng pang-unawa, kaya ang mga Kabbalista ay tinawag itong "Liwanag ng Karunungan," at ang paraan nang pagtanggap nito ay tinawag na "ang karunungan ng Kabbalah."

Kabanata 3: Ang Panimula ng Paglikha

APAT NA BATAYANG ANYO AT KANILANG UGAT

Bumalik tayo sa ating salaysay tungkol sa paglikha. Upang mailagay ang Isipan ng Paglikha sa gawa, ang Maylikha ay nagdisenyo ng isang Paglikha na tiyakang maghahangad na tanggapin ang kasiyahan na maging kawangis ng Maylikha. Kung ikaw ay isang magulang, alam mo kung ano ang pakiramdam na iyon. Parang kasing-init ng mga pangungusap na sinasabi ninuman sa isang nagmamalaking ama na "Ang iyong anak ay kamukhang-kamukha mo!"?

Tulad ng ating sinabi na ang Kaisipan ng Paglikha--upang magbigay ng kasiyahan sa nilikha--ay ang ugat ng Paglikha. Sa ganitong kadahilanan, ang

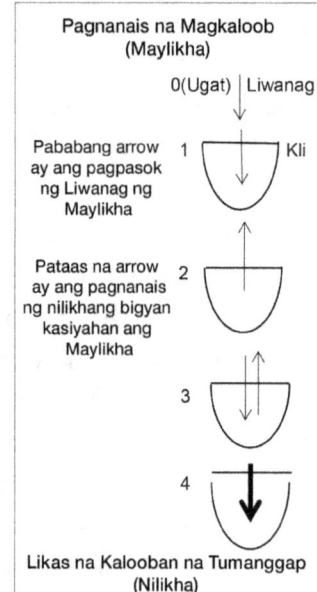

Figure 1 : Ang apat na anyo ng paginog ng Likas na Kaloobang tumanggap (at kanilang ugat)

Kaisipan ng Paglikha ay tinawag na "ang Ugat na Anyo" o "Phase Zero." Ang pagnanais na tumanggap ng kasiyahan ay tinawag na "Unang Anyo."

Tandaan na ang Unang Anyo ay ipinapakita tulad ng isang palaso na pababa.Kapag ang palaso ay nakaturo pababa, ibig sabihin nito na ang Liwanag ay nanggagaling mula sa Maylikha patungo sa Paglikha. Ngunit ang kabila ay hindi ganito: ang pataas na palaso ay hindi ibig sabihin na ang Paglikha ay nagbibigay ng Liwanag sa Maylikha, sa halip ito'y nais magbigay pabalik sa Kanya. Ano ang nagaganap kapag mayroong dalawang palaso na nakaturo sa magkabilang direksiyon? Ipagpatuloy ang pagbabasa at inyong malalaman.

Ang mga Kabbalista ay tinutukoy ang Maylikha bilang "ang Kaloobang nais Magkaloob," at ang nilikha bilang "ang kaloobang nais tumanggap ng kagalakan at kasiyahan" o sa mas simple, "ang kaloobang nais tumanggap." Ating pag-uusapan ang tungkol sa ating pananaw sa Maylikha mamaya, ngunit ang mas mahalaga sa puntong ito ay ang madalas na sinasabi ng mga Kabbalista sa atin na kanilang pananaw. Hindi nila sinasabi sa atin na ang Maylikha ay may hangarin na magbigay; ang kanilang sinasabi ay ang kanilang nakikita na ang Maylikha ay mayroong pagnanais na magbigay, kaya ito ang dahilan kung bakit tinawag nila Siya na "ang Kaloobang Magkaloob." Dahil kanila ring natuklasan sa kanilang mga sarili ang pagnanais din na tumanggap ng kasiyahan na nais Niyang ipagkaloob, kanilang tinawag ang kanilang mga sarili na, "ang kaloobang tumanggap."

Kaya ang kaloobang tumanggap ay ang unang nalikha, ang ugat ng bawat isang nilalang. Nang ang Paglikha, ang kaloobang tumanggap, ay naramdaman na ang kasiyahan ay nagmumula sa isang nagbibigay kanyang naramdaman na ang tunay na kasiyahan ay nasa pagbibigay, hindi sa pagtanggap. Bilang resulta, ang kaloobang tumanggap ay nagsimulang magnais na magbigay (pansinin ang pataas na palaso mula sa pangalawang *Kli*--ang sisidlan sa iginuhit). Ito y isang bagong anyo—Pangalawang Anyo.

Kabanata 3: Ang Panimula ng Paglikha

Ating suriin kung ano ang pinagkaiba ng Pangalawang Anyo sa Unang Anyo. Kung ating susuriin ang Figure 1, ating makikita na ang *Kli* sa sarili nito ay hindi nagbabago sa kabuuan ng mga antas. Ibig sabihin nito na ang kaloobang tumanggap ay hindi nagbabago. Dahil ang kaloobang tumanggap ay dinisenyo sa Isipan ng Paglikha, ito ay walang katapusan at hindi kailanman magbabago.

Datapwat ang nangyaring pagbabago ay kung ano ang ang nais na tanggapin ng *Kli*. Sa Pangalawang Anyo, ang kaloobang tumanggap ay nais tumanggap ng kasiyahan sa pagbibigay, hindi sa pagtanggap, at ito ay isang pundamental na pagbabago. Ang pundamental na pagkakaiba ay ang Pangalawang Anyo ay nangangailangan ng iba pa na kanyang pagkakalooban. Samakatwid, upang maging tagapag-kaloob, ang Phase Two ay kinakailangang makaipag-ugnay sa iba pa o sa ibang bagay bukod sa sarili nito.

> Sa Kabbalah, ang anyo ng pagkakaloob ay itinuturing na lalaki at ang pagtanggap na anyo ay itinuturing na babae. Sa loob ng bawat anyo, mayroong mga katayuan kung saan ito'y kumikilos bilang laalaki o babae; kaya ating tinutukoy kung minsan ang isang anyo bilang lalaki at kung minsan bilang babae, kahit minsan magkasama sa isang pahayag.
>
> Ang tanging dalawang pasubali sa alituntuning ito ay ang Maylikha na palaging tinutukoy bilang lalaki bilang pinagmumulan, at ang Paglikha, na palaging tinutukoy bilang babae, dahil ito ay tumatanggap sa Kanya.

Ang Pangalawang Anyo, na nagtutulak sa atin upang magkaloob, sa kabila ng ating batayang pagnanais na tumanggap, ay ang dahilan kung bakit ang buhay ay nagaganap. Kung wala ito, ang mga magulang ay hindi mangangalaga sa kanilang mga anak, at hindi mangyayari ang buhay panglipunan. Halimbawa, kung ako'y may-ari ng isang restoran, ang aking batayang pagnanais ay upang kumita ng pera. Subalit para magawa ito, ako'y kinakailangang magpakain ng mga taong di ko kilala na wala naman akong pagnanais na arugain. Katulad din ito ng mga bankero, mga ahente, at maging mga driver ng taxi.

Ngayon ating makikita kung bakit ang batas ng kalikasan ay yaong pagkakaloob at pagbibigay, hindi ang batas ng pagtanggap, kahit na ang kaloobang tumanggap ang nasa kaibuturan ng bawat motibasyon ng nilikha tulad ng dikta ng Isipan ng Paglikha. Simula sa sandali na magkaroon tayo ng parehong pagnanais na tumanggap at pagnanais na magkaloob sa loob ng Paglikha, ang lahat ng bagay na magaganap sa nilikha ay magmumula sa nagsusukliang "relasyon" sa pagitan ng Unang Anyo at Pangalawang Anyo.

Dahil ang kaloobang tumanggap ay kabaligtaran ng kaloobang magkaloob mula sa Maylikha, ito ay ipinagkakaiba at naghihiwalay sa atin sa Maylikha. Ngunit ang Maylikha ay hindi lamang tayo ginawa na kabaligtaran Niya; binigyan din Niya tayo ng isang paraan upang matawid ang agwat, at ito ang ating matututunan sa karunungan ng Kabbalah.

Tulad ng ating ipinakita, ang bagong hangarin na magkaloob sa Pangalawang Anyo ay nagtulak sa Paglikha na makipag-ugnay, na humanap ng iba na may pangangailangan na tumanggap. Samakatwid, sa

Kabanata 3: Ang Panimula ng Paglikha				64

Pangalawang Anyo, nagsimulang pag-aralan kung ano at paano ito makakapag-kaloob sa Maylikha. Dahil matapos ang lahat, kanino ito magkakaloob?

Ngunit sa sandaling ang Pangalawang Anyo ay nagtangkang magkaloob, natuklasan nito na ang tanging nais ng Maylikha ay magkaloob. Wala Siyang anumang pagnanais na tumanggap. Isa pa, ano ang maaaring ibigay ng nilikha sa Maylikha?

Higit pa rito, ang Pangalawang Anyo ay natuklasan na sa kaibuturan nito, ang tunay na naisin nito ay tumanggap. Natuklasan nito na ang ugat nito sa kaibuturan ay isang kaloobang tumanggap ng kagalakan at kasiyahan, at walang gapatak ng tunay na pagnanais na magkaloob sa loob nito.

Datapwat dahil ang Maylikha ay nais lamang na magkaloob, tanging ang kaloobang tumanggap lamang ang maaaring ipagkaloob ng Nilikha sa Maylikha. Sa kanyang pagtanggap, ang Nilikha ay natuklasan na sa katotohanan, siya ay nakakapagbigay ng kasiyahan sa Maylikha dahil ang pagbibigay ay nagpapaligaya sa Maylikha.

Maaaring ito y nakakalito, ngunit kung inyong iisipin ang kasiyahan na ang isang ina ay natatanggap sa pagpapasuso ng kanyang sanggol, inyong mauunawaan na ang sanggol sa katunayan ay nagbibigay ng kasiyahan sa ina nito sa simpleng pagtanggap nito ng pag-aaruga ng ina.

Kaya sa Pangatlong Anyo, ang Nilikha--ang kaloobang tumanggap--ay pinling tumanggap. Dahil dito, nagbigay siya pabalik sa Ugat na Anyo, sa Maylikha.

Ngayon mayroon na tayong isang kumpletong ikot kung saan ang parehong manlalaro ay nagkakaloob. Sa Ugat na Anyo, ang Maylikha ay nagkakaloob sa Nilikha (Ugat na Anyo). At sa Pangatlong Anyo, ang Nilikha pagkatapos dumaan sa Unang Anyo at Pangalawang Anyo, ay nagkaloob sa Maylikha sa pamamagitan ng pagtanggap mula sa Kanya.

Sa Figure 1, ang Pangatlong Anyo ay inilarawan na tulad ng isang *Kli* na may dalawang palaso, ang isa ay nakaturo pataas at ang isa pa ay nakaturo pababa. Ang pababang palaso ay nagpapakita na ang Pangatlong Anyo ay tumatanggap tulad ng sa Unang Anyo, at ang pataas na palaso ay nagpapakita na ang *intensiyon* nito ay magkaloob tulad ng sa Pangalawang Anyo.

Muli ang parehong pagkilos ay gumamit ng parehong kaloobang tumanggap tulad ng sa Unang Anyo at Pangalawang Anyo. Hindi nagbago ito kahit anupaman. Ang nagbago ay ang intensiyon kung saan ang Pangatlong Anyo ay tumanggap: sa Unang Anyo, ito ay tumanggap nang walang iniisip tungkol dito, subalit sa Pangatlong Anyo ito ay tumanggap upag bigyang kasiyahan ang Maylikha.

Tulad nang ating nakita sa una, ang ating makasariling (egoistic) intensiyon ang dahilan ng lahat ng problema ng mundo. Dito rin, sa ugat ng Nilikha, ang intensiyon ay higit na mas mahalaga kaysa sa pagkilos mismo. Upang mailinaw ang pagkakahanay nito, sinabi na Baal HaSulam bilang halimbawa na ang Pangatlong Anyo ay sampung porsyentong pagtanggap at siyamnapung porsyentong pagkakaloob.

PANG-APAT NA ANYO (PHASE FOUR)- PAGHAHANGAD SA KAISIPAN NG MAYLIKHA

Kaya ngayon mayroon tayo ritong isang kumpletong pag-ikot kung saan ang Maylikha ay nagtagumpay sa pag-gawa nang nilikha na katulad Niya-isang nagkakaloob. Dagdag pa rito, ang Nilikha ay natutuwa sa pagkakaloob, na ikinalulugod ng Maylikha.

Ngunit ito na kaya ang kabuuan ng Isipan ng Paglikha? Hindi pa naman. Sa isang punto, ating masasabi tungkol sa Nillikha na magagawa niyang lumakad tulad ng Kanyang paglakad, at magsalita tulad ng Kanyang salita, ngunit hindi niya makakayang isipin ang Isipan ng Maylikha. Ang kilos na pagtanggap sa Unang Anyo at nang pag-unawa sa tanging kagustuhan ng Maylikha ay ang magkaloob sa Pangalawang Anyo ay ginagawa ang Nilikha na magnais na maging nasa sa katayuan ng Maylikha, na nasa Pangatlong Anyo.

Ngunit ang pagiging isang tagapag-kaloob tulad ng Maylikha ay hindi

Kabanata 3: Ang Panimula nang Paglikha

nangangahulugan na ang Nllikha ay nakamit na ang katayuan ng Maylikha. Upang makumpleto ang Isipan ng Paglikha, kailangan niyang makamtan ang pag-iisip ng Maylikha, hindi lamang ang Kanyang pagkilos. Sa ganoong katayuan, kanyang maiintindihan kung bakit ang Maylikha ay ginawa siya. Malinaw na ang hangarin na maunawaan ang Isipan ng Paglikha ay isang bagong anyo (phase). Ang tanging bagay na ating maihahalintulad dito ay ang isang bata na gustong maging malakas at matalino na tulad ng kanyang magulang. May katiyakan tayo na ito ay posible lamang sa sandaling ang bata ay lumaki at tumuntong na sa lugar ng kanyang magulang. Ito ang dahilan kung bakit ang mga magulang ay madalas na sinasabi sa kanilang mga batang anak na "Maghintay kayo hanggang magkaroon kayo nang sariling anak; doon niyo mauunawaan.

Sa Kabbalah, ang pagka-unawa sa Kaisipan ng Paglikha--ang pinakamalalim na pag-unawa-ay tinatawag na "pagtatamo." Ito ang kung ano ang hinahangad nang kaloobang tumanggap sa Pang-Apat na Anyo.

Isa sa pinaka-karaniwang termino sa Kabbalah ay *Sefirot*. Ang salita ay nanggaling sa salitang Hebreo na *Sapir* (Sapphire) at bawat isang *Sefira* (isang *Sefirot*) ay mayroong sariling Liwanag. Gayundin ang bawat isa sa apat na apat na antas ay ipinangalan sa isa o higit pang *Sefira*. Ang Ugat na Anyo ay pinangalanang *Keter*, ang Unang Anyo, *Hochma*, Pangalawang Anyo, *Bina*, Pangatlong Anyo, *Zeir Anpin*, at Pang-Apat na Anyo, *Malchut*. Sa katunayan mayroong sampung *Sefirot* dahil ang *Zeir Anpin* ay binubuo ng anim na *Sefirot*: *Hesed, Gevura, Tifferet, Netzah, Hod*, at *Yesod*. Kaya ang kumpletong hanay ng *Sefirot* ay *Keter, Hochma, Bina, Hesed, Gevura, Tifferet, Netzah, Hod,*
<u>*Yesod,* at *Malchut.*</u>

Ang hangarin na makamit ang Isipan ng Paglikha ay ang pinakamalakas na puwersa sa Paglikha. Ito ang nakatayo sa likod ng buong proseso ng ebolusyon. Maaaring my kamalayan tayo dito o wala, ang pinaka-ultimong kaalaman na ating hinahanap ay kung bakit ang Maylikha ay ginagawa ang Kanyang ginagawa. Ito ang kaparehng intensiyon na nagtulak sa mga Kabbalista na tuklasin ang mga lihim ng Paglikha libong taon na ang nakalipas. Hanggang hindi natin maunawaan ito, wala tayong magiging katahimikan nang pag-iisip.

ANG PAGHAHANAP SA KAISIPAN NG PAGLIKHA

Bagamat ang Maylikha ay may pagnanais na tanggapin natin ang kasiyahan sa pagiging kawangis Niya, hindi Niya tayo binigyan ng ganitong hangarin sa umpisa. Ang tanging ibinigay Niya sa atin—sa Nilikha--ay ang walang katapusang paghahangad sa kasiyahan. Subalit tulad ng ating nakita sa pagkakahanay ng mga anyo (phases), ang Maylikha ay hindi tinaniman ang Nilikha ng partikular na hangarin na maging katulad Niya. Ito ay uminog sa loob ng Nilikha sa pamamagitan nang mga anyo.

Sa Pangatlong Anyo, ang Nilikha ay natanggap na ang lahat ng bagay at nag-intensiyon na magbigay pabalik sa Maylikha. Ang pagkakasa-ayos ay maaaring natapos na rin noon at doon din, dahil ang Nilikha ay ginagawa na rin kung ano ang ginagawa na nang Maylikha. Sa ganitong punto, ang Maylikha at Nilikha ay magka-halintulad na.

Kabanata 3: Ang Panimula ng Paglikha

Ngunit ang Nilikha ay hindi nagkasya sa pagbibigay. Gusto niyang maunawaan kung bakit ang pagbibigay ay kasiya-siya, kung bakit ang puwersa nang pagbibigay ay kinakailangan upang likhain ang reyalidad at kung anong karunungan ang natatamo ng nagbibigay sa pagbibigay. Sa madaling salita, ang NIlikha ay nais na maunawaan ang Isipan ng Paglikha. Ito ay isang bagong naisin na ang Maylikha ay hindi "itinanim" sa Nilikha.

Nang ang Nilikha ay nagkaroon ng pagnanais na maging katulad ng Maylikha, siya ay naging isang kakaiba, at hiwalay na nilalang sa Maylikha. Maaari nating tingnan ito sa ganitong paraan: Kung nais kong maging katulad nang iba, ito'y nangangahulugan na Ako'y may kamalayan na yaong ibang yaon ay umiiral, at yaong isang iyon ay mayroong ilang bagay na aking nagugustuhan. Maaaring ito'y pag-aari ng taong iyon o isang katangian, ngunit isang bagay mayroon ang iba, na nais ko ring magkaroon.

Sa ganoong katayuan, hindi lamang aking naisip na mayroong iba pa bukod sa akin, ngunit akin ding naisip na yaong ibang iyon ay hindi lamang kakaiba sa akin, na ito'y mas mahusay at mas nakataas sa akin. Kung hindi, bakit gugustuhin kong maging katulad Niya?

Samakatwid ang *Malchut*, ang Pang-Apat na Anyo ay ibang-iba sa naunang tatlong anyo, dahil ito'y nagnanais na tumanggap ng isang partikular na uri ng kasiyahan (kaya ang mas makapal na arrow) – bilang kahawig ng Maylikha. Mula sa pananaw ng Maylikha, ang pagnanais nang *Malchut* ay nagkukumpleto sa Kaisipan ng Paglikha, ang ikot na nasa Kanyang pag-iisip sa simula pa lamang.

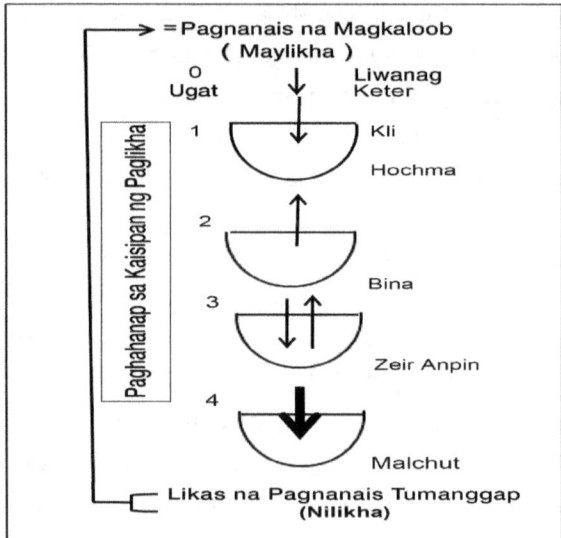

Figure 2: Ang arrow mula sa Malchut tungo sa Maylikha ay tumutukoy sa sadyang pagnanais na maging katulad ng Maylikha sa pamamagitan ng pagtatamo ng Kanyang Kaisipan.

Kabanata 3: Ang Panimula ng Paglikha

Ngunit ang mahirap, hindi natin tinitingnan ang mga bagay mula sa pananaw ng Maylikha. Mula dito sa ilalim, sa ating basag na espiritwal na sisidlan, ang larawan ay hindi mainam. Para sa Nilikha, na ganap na kabaligtaran ng Maylikha, upang maging kawangis ng Maylikha, ay kailangang gamitin ang kanyang kagustuhang tumanggap na may intensiyon na magkaloob. Sa ganitong paraan, kanyang mapapalitan ang kanyang iniisip para sa kanyang sariling kasiyahan, na maging kagalakan tulad ng natatanggap ng Maylikha sa pagbibigay. At sa ganitong paraan, siya rin ay magiging isang tagapagbigay.

Sa katunayan, sa Pangatlong Anyo, ang Nilikha ay tumanggap na upang makapag-bigay sa Maylikha. Kaya mula sa pananaw ng Maylikha, ang Pangatlong Anyo ay nagawa na ang dapat gawin upang maging kawangis ng Maylikha. Ang Maylikha ay nagbibigay upang magkaloob, at ang Pangatlong Anyo ay tumanggap upang magkaloob, kaya sa puntong iyon, sila ay magkatulad.

Ngunit ang pinaka-ultimong kasiyahan ay wala sa pag-alam kung ano ang ginagawa ng Maylikha at pag-gaya sa Kanyang ginagawa. Ang pinaka-ultimong kasiyahan ay ang pag-alam kung *bakit* Niya ginagawa ang Kanyang ginagawa, sa pagkakamit ng kaparehong mga isipin na tulad nang sa Kanya, at maging katulad ang katangian. At ang ganitong kaalaman--ang katangian ng Maylikha--ay hindi ibinigay sa Nilikha. Ito ang dapat makamit nang Nilikha (Pang-Apat na Anyo) sa sarili niya.

Kabanata 3: Ang Panimula ng Paglikha

Mayroong magandang koneksyon dito. Sa isang banda, mukhang tayo (Nilikha) at ang Maylikha ay nasa magkabilang lugar, ngunit ating natatanggap kung ano ang ibinibigay Niya. Ang Kanyang pinaka-malaking kasiyahan ay upang makita tayo na maging katulad Niya at ang pinaka-malaking kasiyahan para sa atin ay ang maging katulad Niya. Katulad nang bata na gustong maging katulad nang magulang, at bawat magulang ay gusto na ang kanyang anak ay makamit ang hindi nakamit ng magulang.

Samakatwid, tayo at ang Maylikha sa katunayan ay nilalayon ang parehong layunin. Kung ating mauunawaan ang ganitong konsepto, ang ating mga buhay ay magiging kakaibang-kakaiba. Sa halip na kalituhan at kawalan ng direksyon na marami sa atin ay dinaraanan ngayon, tayo at ang Maylikha ay maglalakad na magkasama patungo sa ating itinakdang layunin simula noong bukang-liwanag nang Pagkakalikha.

Ang mga Kabbalista ay gumamit nang maraming mga salita upang ilarawan"ang kaloobang magkaloob": Maylikha, Liwanag, Tagapag-bigay, Isipan ngPaglikha, Ugat na Anyo, Ugat, Root Phase, *Keter, Bina,* at marami pang iba.Katulad din, sila'y gumamit ng maraming salita upang ilarawan "ang kaloobang tumanggap": Nilikha, nilalang, *Kli,* taga-tanggap, Unang Anyo Hochma at Malchut ay ilan lang sa mga ito. Ang mga terminong ito ay tumutukoy sa kapinuhan ng katangian nang dalawang ito, pagkakaloob at pagtanggap. Kung ating tatandaan ito, tayo'y hindi maguguluhan sa dami nang mga pangalan.

Upang maging katulad ng Maylikha, ang isang tagapag-bigay, ang *Kli* ay gumagawa ng dalawang bagay. Una, ito'y tumitigil sa pagtanggap, isang pagkilos na tinatawag na *Tzimtzum* (pagbabawal). Ito'y pumipigil sa Liwanag sa kabuuan at hindi hinahayaan ang anumang Liwanag nito sa loob ng *Kli*. Katulad nito, madaling umiwas sa pagkain ng isang bagay na malinamnam, ngunit mas mahirap ang kumain nang kaunti at iwanan ang natitira pa sa plato. Samakatwid, ang pag-gamit ng *Tzimtzum* ay ang una at pinakamadaling hakbang upang maging katulad ng Maylikha. Ang kakayahan na gumawa ng *Tzimtzum* ay tinawag na "pagtatamo ng isang *Masach* (screen). Sa Figure 3 ipinapakita paanong ang Liwanag ng Maylikha ay nilalapitan ang *Kli* ngunit pinigilan ng *Masach*. Ang sumunod na bagay na ginawa nang *Malchut* ay magtayo ng isang mekanismo na magsusuri sa Liwanag (pleasure) at magpapasya kung tatanggapin ito, at kung ganon man, gaano karami. Ang mekanismong ito ay ang pag-unlad ng *Masach* (screen).

Ang kalagayan kung saan ang *Masach* ay sinukat gaano karami ang tatanggapin ay tinawag na "kalooban upang magkaloob." Sa simpleng salita, ang *Kli* ay tinatanggap lamang kung ano ang makakayang tanggapin nito para sa intensiyon na magbigay kasiyahan sa Maylikha, o tulad ng sinasabi ng mga Kabbalista na "upang magkaloob." (Figure 4). Ang Liwanag na tinanggap sa loob ng *Kli* ay tinawag na "Panloob na Liwanag" (Inner Light) at ang Liwanag na naiwan sa labas ay tinawag na "Nakapalibot na Liwanag" (Surrounding Light).

At sa dulo ng proseso ng pagwawasto, ang *Kli* ay tatanggapin ang lahat ng Liwanag ng Maylikha at makikipag-isa sa Kanya. Ito ang layunin ng Paglikha. Sa sandaling marating natin ang ganoong katayuan, ating mararamdaman ito pareho bilang indibidwal at bilang isang, nagkakaisang

Kabanata 3:   Ang Panimula ng Paglikha

lipunan. Ito ay dahil ang kumpletong *Kli* ay hindi ginawa sa kagustuhan ng isang tao, ngunit ang kagustuhan ng lahat ng sangkatauhan. At kapag ating nakumpleto itong huling pagwawasto, tayo'y magiging kawangis na ng Maylikha, ang Pang-Apat na Anyo ay magaganap mula sa ating pananaw, tulad nang kung paano ito nakumpleto mula sa Kanya.

Tinanggihan ng Paglikha ang Liwanag dahil mas madaling tumanggi kaysa tumanggap ng kaunting bagay na malinamnam ngunit hindi malusog.

Ang Liwanag ng Maylikha ay patuloy sa walang-tigil na pagdating.

Masach (Screen)
Ang kapangyarihan ng Kli na pigilin ang Liwanag sa pagpasok.

Ang *Kli* ay dumilim matapos tanggihan ang lahat ng Liwanag.

Figure 3: Ang *Masach* ay pumigil sa Liwanag ng Maylikha (pababang arrow) sa pagpasok dahil ang Paglikha ay hindi nais na maging taga-tanggap, kundi maging isang tagapag-bigay tulad ng Maylikha. Sa ganoong katayuan, na ang pagtanggap ay nangangahulugan na kabaligtaran ng Maylikha, mas ninais ng Paglikha na manatili sa kadiliman.

Ang Paglikha ay tinanggihan ang Liwanag na hindi nito magamit upang magkaloob. Ang Liwanag na iyon ay naging nakapalibot na Liwanag at makakapasok sa *Kli* kapag ito ay naging katulad ng Maylikha.

Ang Liwanag ng Maylikha ay patuloy sa walang-tigil na pagdating.

Ang *Masach* ay tinantiya ang Liwanag na papasukin.

Panloob na Liwanag na hinayaan ng Masach na makapasok.

Ang *Masach* ay masyadong mahina na tanggapin ang lahat ng Liwanag upang magkaloob, kaya tinanggihan ang ilang Liwanag at ang ilang bahagi ng *Kli* ay nanatiling madilim.

Figure 4: Ang *Masach* ay naghihiwalay ng Liwanag na ang Paglikha ay makakayang tanggapin upang magkaloob-Panloob na Liwanag -galing sa Liwanag na hindi nito makayang tanggapin sa binanggit na layunin-Nakapalibot na Liwanag.

ANG RUTA

Upang magampanan ang gawain na maging kawangis ng Maylikha, ang unang bagay na dapat magkaroon ang Nilikha, ay ang tamang kapaligiran upang uminog at maging katulad ng Maylikha. Ang kapaligirang ito ay tinawag na "mga mundo."

Sa Pang-Apat na Anyo, ang Nilikha ay hinati sa dalawang bahagi: itaas at ibaba (Figure 5). Ang itaas na bahagi ay binubuo ng Mataas (Espiritwal) na Mundo, ang ibaba ay binubuo ng Nilikha, na gawa ng mga hangarin kung saan ang *Masach*, ay hindi hinayaan ang Liwanag na makapasok.

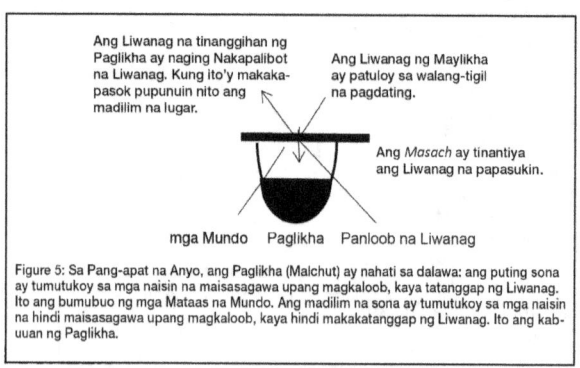

Figure 5: Sa Pang-apat na Anyo, ang Paglikha (Malchut) ay nahati sa dalawa: ang puting sona ay tumutukoy sa mga naisin na maisasagawa upang magkaloob, kaya tatanggap ng Liwanag. Ito ang bumubuo ng mga Mataas na Mundo. Ang madilim na sona ay tumutukoy sa mga naisin na hindi maisasagawa upang magkaloob, kaya hindi makakatanggap ng Liwanag. Ito ang kabuuan ng Paglikha.

PAG-GAMIT NG SCREEN

Pag-usapan pa natin ng kaunti ang tungkol sa Pang-Apat na Anyo at paano ito kumikilos kasama ang *Masach*. Dahil matapos ang lahat, ang Pang-Apat na Anyo ay ang ating ugat, kaya kung ating iintindihin paano ito gumagalaw, maaari nating malaman ang ilang bagay sa ating mga sarili.

Kabanata 3: Ang Panimula nang Paglikha

Itaas at Ibaba

Alam na natin na ang Nilikha ay binubuo lamang ng isang bagay: isang kalooban upang tumanggap ng kagalakan at kasiyahan. Samakatwid, ang Itaas at Ibaba ay hindi tumutukoy sa mga lugar, kung hindi sa mga hangarin na itinuturing nating mataas o mababa. Sa madaling salita, ang mataas na hangarin ay mga hangarin na ating kinalulugdan nang higit sa mga hangarin na tinitingnan natin na mababa. Sa usapin ng Pang-Apat na Anyo anumang hangarin na maaaring magamit upang magkaloob sa Maylikha ay kabilang sa mataas na bahagi, at anumang hangarin na hindi magagamit sa ganitong paraan ay kabilang sa mababang bahagi.

Ang Pang-Apat na Anyo, ang *Malchut*, ay uminog mula sa Pangatlong Anyo, na uminog mula sa Pangalawang Anyo, atbp.. Katulad din, si Abraham Lincoln ay hindi ipinanganak na presidente ng Estados Unidos ng Amerika. Siya ay lumaki bilang sanggol na si Abe, naging bata, tapos naging binatilyo at sa bandang huli bilang isang binata, na isang araw ay naging Pangulo.

Ngunit ang unang mga yugtong iyon ni Abe ay hindi nawala noong siya ay naging presidente. Kung wala ang mga iyon, si Presidente Lincoln ay hindi naging Presidente Lincoln. Ang dahilan kaya hindi natin nakikita ang mga ito ay dahil ang pinaka-maunlad na antas ay namamayani at napapangibabawan ang di-mas maunlad. Ngunit sa huli, ang pinakamataas na antas, ay hindi lamang nararamdaman ang ibang antas sa loob nito, ito'y kumikilos kasama ang ibang mga antas nito. Ito ang kung bakit tayo sa ilang mga pagkakataon ay parang mga bata, laluna kapag nasaling ang mga bagay sa ating mga sarili na hindi pa natin nalalagpasan. Ang mga bahaging ito nang ating mga sarili ay hindi nakaka-lakihan, at ang mga sensitibong bagay na ito, ay nararamdaman natin na parang mga bata ngunit wala tayong magawa.

Gayunpaman, itong nakasalansan na istruktura na ito, ay ang nagbibigay sa atin ng kakayahan upang maging magulang. Sa proseso ng pagpapalaki ng mga bata, ating pinagsasama-sama ang ating nakaraan at kasalukuyang mga antas. Naiintindihan natin ang sitwasyon na dinadaanan nang ating mga anak dahil tayo'y nagkaroon din nang mga katulad na karanasan, at tayo'y nakaka-ugnay sa mga ganoong sitwasyon sa tulong ng mga kaalaman at karanasan na ating natipon sa ating buhay.

Ang dahilan kaya tayo'y ginawa na ganito ay dahil ang *Malchut* (Nilikha), Pang-Apat na Anyo, tayo) ay ginawa sa eksaktong kaparehong kaparaanan. Lahat ng nakaraang anyo ng *Malchut* ay umiral sa loob nito at tumutulong upang tumibay ang istruktura.

Upang maging katulad ng Maylikha nang hanggang sa makakayanan ang *Malchut* ay pinag-aaralan ang bawat antas ng hangarin sa loob nito at pinaghihiwalay ang mga pagnanais na ito sa maisasagawa at hindi maisasagawa sa loob ng bawat antas. Ang mga pagnanais na maaaring maisagawa ay magagamit sa pagtanggap upang magbigay sa Maylikha at nang sa gayon, "makatulong" sa Maylikha na makumpleto ang Kanyang gawain na gawin ang *Malchut* na katulad Niya

Sa ilang pahina sa unahan, sinabi natin na upang magampanan ang gawain na maging kawangis ng Maylikha, ang nilalang ay dapat gumawa ng tamang kapaligiran upang uminog at maging kawangis ng Maylikha. Iyon eksakto ang ginagawa ng mga mundo--nang mga pagnanais na maisasagawa. "Ipinapakita" ng mga pagnanais na hindi maaari kung paano ang pagtanggap upang magkaloob sa Maylikha, at sa pamamagitan nito, tumutulong sa mga pagnanais na hindi maaari na iwasto ang kanilang mga sarili.

Maaari nating ilarawan ang ugnayan sa pagitan ng mga mundo at Nilikha bilang isang grupo ng mga nagtatrabaho sa konstruksiyon, na ang isang trabahador ay hindi alam ang gagawin. Ang mga mundo ay nagtuturo at ipinapakita sa Nilikha paano ginagawa ang bawat isang trabaho: tulad ng paano magbutas, paano gumamit ng martilyo, nang panukat, at iba pa.

Sa usapin ng espiritwalidad, ang mga mundo ay ipinapakita sa Nilikha kung ano ang ipinagkaloob ng Maylikha sa kanila at paano nila ginagawa ito sa tamang paraan. Unti-unti, ang Nilikha ay makakayang umpisahang gamitin ang kanyang naisin sa ganitong paraan din.

Mula sa ating natutunan hanggang ngayon, hindi pa rin natin nalalaman alin sa limang mundo na ating pinag-usapan ay ang ating pisikal na mundo. Sa katunayan, wala sa kanila ang sa atin. Ilagay sa ating pag-iisip na walang mga "lugar" sa espiritwalidad, tanging mga katayuan lamang. Mas mataas na mundo, higit na mas mapagbigay (altruistiko) ang katayuan na kinakatawan nito. Ang dahilan kung bakit ang ating mundo ay

Kabanata 3: Ang Panimula ng Paglikha

hindi nababanggit saanman ay dahil ang espiritwal na mundo ay mapagbigay, at ang ating mundo ay katulad natin, egoistiko (makasarili) Dahil ang egoismo ay kabaligtaran sa altruismo, ang ating mundo ay tiwalag sa sistema ng espiritwal na mundo. Ito ang dahilan kung bakit ang mga Kabbalista ay hindi binabanggit ito sa istruktura na inilarawan nila sa kanilang mga libro.

MGA MAISASAGAWA AT DI-MAISASAGAWANG NAISIN

Nauna sa kabanatang ito sinabi namin na ang pattern ng apat na anyo ay ang batayan para sa lahat ng bagay na umiiral. Samakatuwid, kapag ang mga hangarin ay nahahati sa mga maaaring makatanggap ng Liwanag, at sa mga hindi maaari, sinunod nila ang parehong pattern ng apat na anyo. Ang mga naising maaaring makatanggap ng Liwanag ay tinatawag na "mga maisasagawang naisin," at ang mga pagnanais na hindi makatanggap ng Liwanag ay tinatawag na "hindi maisasagawang mga naisin."

Ang mga maisasagawang naisin ay lumikha ng Mga Mataas na Mundo, at ang mga hindi maisasagawang naisin ay lumikha ng Paglikha, at kalaunan nang ating mundo (Figure 6). Ang mga maisasagawang naisin sa Ugat na Anyo ay lumikha ng mundo na Adam Kadmon, at ang mga hindi maisasagawa na nanatiling madilim (walang Liwanag) ay tinawag na "pirmi," at binuo ang pirming antas (mga bagay na walang galaw) ng Paglikha.

Ang mga maisasagawang naisin sa Unang Anyo ay lumikha ng mundo ng Atzilut, at ang mga di-maisasagawang naisin ay nanatiling madilim at bumuo sa antas nang "halaman" ng Paglikha. Ang mga naising maisasagawa na nagawa sa Pangalawang Anyo ay nilikha ang mundo na Beria, at ang mga hindi maisasagawa naisin ang bumuo ng antas ng "Hayop" ng Paglikha. Katulad nito, ang mga maisasagawang naisin sa Pangatlong Anyo ay bumuo sa daigdig na Yetzira, at ang mga hindi maisasagawa ang bumuo ng antas na "Nagsasalita" ng Paglikha. At sa wakas, ang mga maisasagawang naisin sa Pang-Apat na Anyo ay bumuo sa mundo ng Assiya, at ang hindi maisasagawa ay nanatiling madilim at bumuo ng antas na "Espirituwal" ng Paglikha.

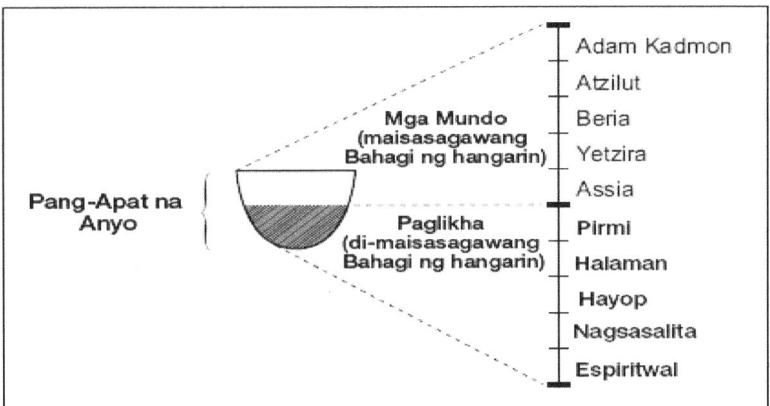

Figure 6: Sa Pang-apat na Anyo, ang mga hangarin ay nahati sa maisasa-gawang mga hangarin at di-maisasagawang mga hangarin. Ang mga mai-sasagawang hangarin ay nilikha ang Mataas na Mundo, at ang di-maisas-agawang hangarin ay nilikha ang Paglikha. Ang gawain ng Mataas na Mundo ay "turuan" ang Paglikha paano tumanggap upang magkaloob.

Kabanata 3: Ang Panimula ng Paglikha

Tandaan na ang pinakamalakas na pagnanasa, ang pinaka-makasarili at tila pinaka-malayo mula sa Maylikha, ay tinatawag na "espiritwal." Tulad ng sa apat na anyo, ang pinaka-makapangyarihang pagnanais ay ang kagustuhang maging katulad ng Maylikha. Kaya, sa huling antas lamang, na kung saan ay tila pinakamadilim at pinaka-makasarili, ay maaaring makabuo ng isang pagnanais na maging katulad ng Maylikha at makamit ang kabanalan.

Dito ay lumalabas na ang Paglikha ay ang tanging bahagi na kailangan pa ring "ayusin," upang makatanggap ito ng Liwanag. Alamin natin kung paano uminog ang Paglikha, kung paano ito naging ating mundo, at kung paano natin ito maiwawasto.

Mahalagang tandaan na ang Mataas na Mundo ay hindi talaga umiiral hanggang sa matuklasan natin ang mga ito habang binubuo natin ang ating pang-espiritwal na pang-unawa sa pagiging katulad natin sa Maylikha. Ang dahilan kung bakit nagsasalita ang mga Kabbalista nang mga mundong ito sa nakaraang panahon ay naisulat nila ang kanilang mga aklat para sa atin pagkatapos nilang umakyat mula sa ating mundo tungo sa mga espiritwal na mundo, at pagkatapos ay sinabi sa atin kung ano ang kanilang natagpuan. Upang ihayag ang Mataas na Mundo, tayo rin, ay dapat umakyat doon at makita para sa ating mga sarili mismo. Ang tanging paraan lamang upang magawa iyon ay sa pamamagitan ng pagiging katulad sa Maylikha — altruistiko..

ANG KARANIWANG KALULUWA

Ang aktwal na ugat ng lahat ng mga nangyayari dito sa ating mundo ay tinatawag na "ang karaniwang kaluluwa," o kung tinutukoy ito ng mga Kabbalista, ay si Adam Ha Rishon (Ang Unang Tao). Ang Adam Ha Rishon ay isang istruktura ng mga pagnanasa na lumitaw sa sandaling ang pagbuo ng mga espiritwal na mundo ay nakumpleto na.

Sa sandaling ang limang mundo, Adam Kadmon, Atzilut, Beria, Yetzira, at Assiya ay nakumpleto ang kanilang pag-unlad ng mataas na bahagi ng Pang-Apat na Anyo, oras na upang mabuo ang mababang bahagi. Ang Adam Ha Rishon, na kilala natin bilang "Adan," ay nalikha mula sa hindi maisasagawang mga naisin na hindi makatanggap ng Liwanag upang magkaloob sa Maylikha noong una silang nilalang. Kung titingnan mo muli ang Figure 6, ang Adan ay ang susunod na hakbang sa pag-unlad ng Paglikha, at binubuo ng mga bahagi na ipinapakita sa kulay-abo na lugar sa iginuhit. Ang hindi maisasagawang mga pagnanasa sa bahaging iyon, na bumubuo nang pirmi, halaman, hayop, nagsasalita, at espiritwal, ay dapat na ngayong isa-isang lumutang at maiwasto, o maisagawa. Upang magawa iyon, kakailanganin ng mga naising ito ang tulong ng mga mundo, nang mga maisasagawang naisin. Ito ang dahilan kung bakit ang Adam Ha Rishon ay umiinog sa parehong antas tulad ng ginawa ng mga mundo at ng apat na pangunahing mga anyo.

Kabanata 3: Ang Panimula ng Paglikha

ANG MALAKING PAGLABAG

Ngunit kay Adan, ang mga usapin ay hindi direkta tulad ng sa Mataas na Mundo. Bagaman hindi alam ito ni Adan, ang kanyang mga naisin ay egotistiko, makasarili; ito ang dahilan kung bakit hindi siya makatanggap ng Liwanag sa simula pa. Nang sundin niya ang halimbawa ng Mataas na Mundo at sinubukang tumanggap ng Liwanag, ang kasiyahan ng Liwanag ay napakalaki at nais niyang tanggapin ito para sa kanyang sarili.

Tandaan na nang maunawaan ng Pang-Apat na Anyo na nais niyang maging katulad ng Maylikha, ang unang bagay na ginawa nito ay ang umiwas sa pagtanggap ng Liwanag para sa kanyang sariling kasiyahan, sa isang kilos na tinatawag na Tzimtzum (paghihigpit). Ang kasalukuyang pagsubok ni Adan na tumanggap ng Liwanag sa kabila ng Tzimtzum ay isang pagtatangkang bawiin ang desisyon na iyon. Bilang resulta, ang Tzimtzum ay buong ibayong lumakas, at ang- Masach (screen) ay kaagad na tinanggihan ang lahat ng Liwanag na natanggap ni Adan.

Ang paghihigpit ng Liwanag sa kaso ni Adan ay higit na kakaiba mula sa orihinal na Tzimtzum. Nang ang Tzimtzum ay unang naganap, ito ay isang hakbang pasulong mula sa isang estado ng pagtanggap nang walang anumang pagsasaalang-alang sa nagbibigay, sa Maylikha. Datapwat, sa kaso ni Adan, ang kasiyahan ay "pinawi" niya ang Maylikha sa kanyang kamalayan upang makatanggap siya ng Liwanag para sa kanyang sarili nang hindi naisip ang kagalakan ng Maylikha. Ginawa nito si Adan na hindi na katulad nang Maylikha — ang lakas ng pag-ibig at pagbibigay — nang bago niya matanggap ang Liwanag. Ito ang dahilan kung bakit ang pagtatangka ni Adan na makatanggap ng Liwanag para sa kanyang sarili ay itinuturing na isang kasalanan: inilayo siya nito mula sa layunin ng paglikha.

Ang Kabbalistikong termino para sa "kasalanan" ay "paglabag." Kaya, si Adam Ha Rishon ay nadurog. Ipinaliwanag ng mga kabbalista na ang kaluluwa ni Adan ay nabasag sa 600,000 na piraso. Ang bawat piraso ay resulta ng pagkamakasariling pagtatangka ni Adan, kaya ito ay makasarili rin. Ang isang egoistikong elemento ay hiwalay mula sa Maylikha sapagkat kabaligtaran ito mula sa Kanya. Ganito nalikha ang ating mundo, kung saan ang egotistikong naisin ay naghahari at ang Maylikha ay nakakubli sa ating paningin dala nang ating sariling egoismo.

Si Adan ay hindi ipinanganak na makasarili; natuklasan lamang niya ang kanyang pagkamakasarili nang sinubukan niyang gamitin ang kanyang mga naisin na makatanggap ng Liwanag. Ang kanyang naisin ay tumanggap upang makapagkaloob, tulad ng ipinakita sa kanya ng mga mundo. Ngunit ang kanyang kabiguan ay nagturo sa kanya na siya ay naiiba sa kanila, na siya sa kalikasan ay egotistiko at kailangang maiwasto bago siya makatanggap, tulad ng mga mundo.

Kabanata 3: Ang Panimula ng Paglikha

Ang pagkabasag ng kaluluwa ni Adan sa maraming mga piraso sa katunayan ay isang mabuting bagay. Sa pagkabasag, ang malaking egotistikong naisin ay nahati sa maraming maliliit na piraso ng mga maliit na mga pagnanasa, na mas madaling iwasto. Ang bawat ganitong pagnanasa ay umiiral sa loob ng bawat isa sa atin. Kapag ang bawat isa sa mundo ay naitama ang kanilang sariling bahagi ng kaluluwa ni Adan, ang buong sangkatauhan ay maiwawasto, isang kaluluwa, na tumatanggap upang magkaloob, na kaisa ng Maylikha, at tinatamasa ang lahat ng Liwanag na nilayon Niyang ibigay sa atin sa Kaisipan ng Paglikha.

4
Pagwawasto Kay Adam Upang Makamit ang Perpeksyon

Sa simula ng Ikatlong Kabanata, isinulat namin na bago pa man nilikha ang anumang bagay, nariyan ang Isipan ng Paglikha. Ang Kaisipang Ito ay lumikha ng Mga Anyo ng Isa hanggang Apat ng pagnanasang tumanggap, na lumikha ng mga mundo mula sa Adam Kadmon patungo sa Assiya, na pagkatapos ay nilikha ang kaluluwa ni Adam ha Rishon, na nabasag sa napakaraming kaluluwa na mayroon tayo ngayon.

Napakahalagang tandaan ang pagkakasunud-sunod ng paglikha na ito sapagkat ipinapaalala nito sa atin na ang mga bagay ay uminog mula sa itaas pababa, mula sa espirituwal tungo sa pisikal, at hindi sa kabaligtarang paraan. Sa praktikal na pagsasalita, nangangahulugan ito na ang ating mundo ay nilikha at pinamamahalaan ng mga mundong espiritwal.

Bukod dito, walang isang kaganapan sa ating mundo na hindi muna nangyayari sa itaas. At ang pagkakaiba lamang sa pagitan ng ating mundo at ng mga espiritwal na mundo ay ang mga kaganapan sa mga mundong espiritwal ay naglalarawan ng mga naisin na altruistiko, at ang mga kaganapan sa ating mundo ay naglalarawan ng mga egoistikong naisin

KABBALAH PARA SA MGA NAGSISIMULA – IKALAWANG BAHAGI

Dahil sa pababang istrukturang ito ng mga mundo, ang ating mundo ay tinawag na "mundo ng mga kahihinatnan" ng mga prosesong espiritwal at mga pangyayari. Anuman ang gawin natin dito ay walang epekto ng anupamang uri sa mga mundong espiritwal. Samakatuwid, kung nais nating baguhin ang anumang bagay sa ating mundo, kailangan muna nating umakyat sa mga mundong espiritwal, ang "control room" ng ating mundo, at apektuhan ang ating mundo mula doon.

Tulad ng nangyayari sa mga mundong espiritwal, ang lahat sa ating mundo ay umiinog kasama ang parehong limang anyo mula sa Zero hanggang Apat. Ang Figure 7 ay nakatuon sa bahagi ng pagnanasa ng Malchut na hindi maaaring tumanggap upang makapagkaloob, at samakatuwid ay nanatiling madilim. Ang pinakamaliit na mga naisin ay lumilikha ng antas na pirmi ng Paglikha, at kapag mas malakas ang mga pagnanasa, ganoon din ang antas g kanilang pagkilos: mula sa halaman tungo sa nagsasalita, at sa huli, tungo sa tao (espiritwal).

Gayunpaman, mahalagang tandaan na ang mga pagnanasa sa Figure 7 ay hindi aktibo. Sila ay hindi nakakatanggap ng Liwanag, kaya sila'y walang ginagawang pinsala. Naging aktibo lamang sila noong sinubukan ni Adan na gamitin ang mga ito upang makatanggap ng Liwanag. Dito ay lumitaw ang kanilang pagkamakasariling kalikasan, at dito rin sila nabasag. Samakatuwid, hangga't sila ay hindi aktibo, itinuturing pa rin silang mga espiritwal na pagnanasa, sapagkat walang aktibong pagkamakasarili na naghihiwalay sa kaniila mula sa katangian na pagkakaloob ng Maylikha. Sila ay nagiging hiwalay lamang sa Kanya sa sandaling sila'y naging aktibo.

Kabanata 4: Pagwawasto Kay Adam Upang Makamit ang Perpeksyon   89

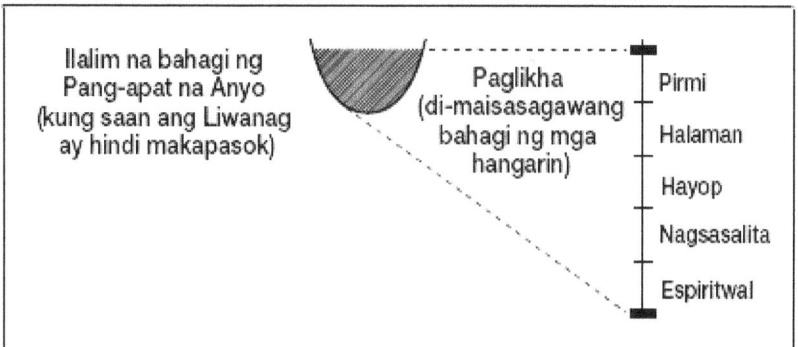

Figure 7: Ang ilalim na bahagi ng Paglikha. Pansinin na ang pirmi ay ang pinaka-altruistiko at ang espiritwal ang pinaka-hindi altruistiko. Ang ayos na ito ay mababaligtad kapag ang proseso ng pagwawasto ay nagsimula.

Ang mga antas na pirmi, halaman, hayop, nagsasalita, at espiritwal sa ating mundo ay tunay na mga pagpapakita ng mga pagnanasa na nagmula sa Mataas na Mundo. Nagiging pisikal lamang sila kapag naging aktibo sila sa maling paraan - pagka-makasarili. Kung maaari nating gawing aktibo ang mga ito sa tamang paraan, upang masiyahan ang Maylikha, maaari natin silang magamit upang makatanggap ng Liwanag. Ito ang nilalaman ng pagwawasto na kailangan nating gawin dito sa mundong ito.

Gayundin, alalahanin na sinabi namin na ang antas na nakapirmi ay gawa sa pinakamaliit na mga pagnanasa, ang halaman ay binubuo ng mga mas malakas at iba pa hanggang sa pinakamalakas na pagnanasa - ang antas ng espiritwal. Kaya't kapag ang mga pagnanasa ay nabasag at nagsimulang gumalaw na makasarili, ang mga mahihinang pagnanasa ay ang pinakamaliit ang pagkabasag, at ang pinakamalakas na pagnanasa ay nagdaraan sa pinakamatinding pagkabasag. Gayundin, ang antas na nakapirmi (walang buhay, mineral) sa ating mundo ay ang hindi gaanong basag; ang mga halaman ay mas makasarili, ang mga hayop ay mas makasarili kaysa sa mga halaman, at ang mga tao ang pinakamakasarili sa lahat.

ANG PYRAMID

Dahil ang mga espiritwal na pagnanasa ay nahahati sa mas malakas at mahina, ang ating mundo ay itinayo tulad ng isang pyramid. Ang pinakamahinang mga pagnanasa ay ang mga hindi gaanong makasarili kung saan nabubuo ang batayang antas ng Paglikha, ang nakapirmi (Figure 8). Sa itaas ng mga ito at nakadepende sa mga ito, ay ang antas ng ha

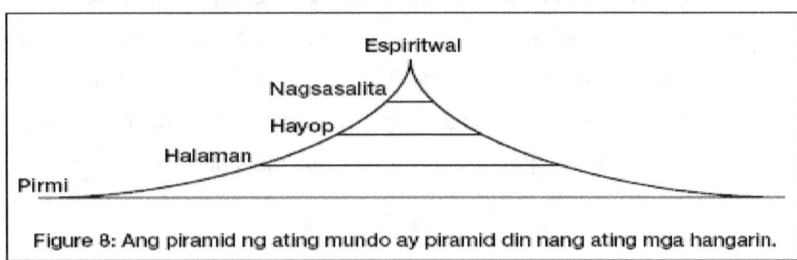

Figure 8: Ang piramid ng ating mundo ay piramid din nang ating mga hangarin.

Kabanata 4: Pagwawasto Kay Adam Upang Makamit ang Perpeksyon

laman. Sa isang pagtingin, ang antas ng halaman ay nagsasamantala sa nakapirmi dahil sila ay nabibigyan ng sustansya ng mga mineral at tubig na kabilang sa nakapirming antas ng ating mundo.

Ang susunod na linya ay ang antas ng hayop, na pinangangalagaan nang antas ng halaman, "sinasamantala" sila para sa kanilang sustansiya. Pinakamataas sa antas ay ang antas ng nagsasalita (tao), na kumakain sa parehong mga halaman at hayop, at ilang mga mineral.

Ang antas ng espiritwal ay hindi isang hiwalay na antas sa pisikal na manipestayon nito. Sa halip, ito ay isang natatanging antas ng pag-unlad, isang estado kung saan ang kaluluwa ng isang tao ay nagnanasa na bumalik sa ugat nito sa Mataas na Mundo, kung saan ito ay may direktang pakikipag-ugnay sa Lumikha. At narito ang katangi-tanging antas ng espiritwal: samantalang ito ang pinakamalaki, pinakamakasariling pagnanasa, ito rin ang nag-iisang antas na talagang nais na makipag-ugnay sa Maylikha, ang altruistikong puwersa ng buhay. Ito ang dahilan kung bakit ang antas na espiritwal sa atin ay pinaparamdam sa atin kung gaano tayo pinakamababa, ngunit ito rin ang susi ng ating pagbabago mula sa pagkamakasarili patungo sa altruismo (di-makasarili).

Kabanata 4: Pagwawasto Kay Adam Upang Makamit ang Perpeksyon 92

ANG PAGLIKHA NG BUHAY

Sa kanyang "Pambungad sa Karunungan ng Kabbalah," ang isa sa kanyang pagpapakilala sa Sulam na komentaryo sa The Book of Zohar, Ipinaliwanag ni Baal HaSulam ang pagkakaiba sa pagitan ng espiritwalidad at korporyalidad (pisikal na buhay). Sinabi niya na ang anumang may layunin na magkaloob, tulad ng Maylikha, ay espirituwal, at ang anumang may layunin na makatanggap, kabaligtaran mula sa Maylikha, ay korporyal. Bago ang paglabag ni Adan, walang bagay tulad ng isang aktibong pagnanasang tumanggap. Samakatuwid, ang kanyang paglabag ay naging tanda rin ng unang paglitaw ng pisikal na reyalidad.

Sa Ikatlong Kabanata, sinabi namin na ang pattern ng apat na anyo ay nagpapatuloy sa kabuuan ng Paglikha. Ang ating mundo ay walang pasubali sa panuntunan. Samakatuwid, ang unang sangkap na lumitaw ay ang nakapirmi o walang buhay na elemento, na kumakatawan sa pinakamaliit na antas ng pagnanasa.

Kasunod ng nakapirmi, sumulpot ang mga halaman, pagkatapos mga hayop, na kumakatawan sa antas ng mala-hayop na mga naisin, at sa dakong huli ay mga tao - ang pisikal na pagpapakita ng antas ng nagsasalita. Ang huling pagnanais na lumitaw ay ang pagnanasa para sa kabanalan, para sa Maylikha. Tulad ng ipinaliwanag namin sa nakaraang bahagi, ang huling pagnanais na ito ay ang pinaka-makapangyarihan, at ang bukod-tanging makakamit ang Maylikha (altruismo).

KABBALAH PARA SA MGA NAGSISIMULA – IKALAWANG BAHAGI

Sa katunayan, ang mga bagay ay hindi naging mabilis na tulad ng inilarawan namin. Unang lumitaw ang mga mineral, bilyun-bilyon at trilyong toneladang mineral, na unti-unting bumuo nang mga kalawakan, bituin, at planeta. Pagkatapos, sa gitna ng mga trilyong toneladang bagay na ito, lumitaw ang isang maliit na butil na tinawag na "Planet Earth." At sa Lupa na ito lumitaw ang antas ng halaman. Natural, ang mga halaman sa Lupa ay walang pasubaling mas maliit ang sukat at bigat (masa) kaysa sa mga bagay na nakapirmi sa Lupa, lalo na't ikukumpara sa bilang ng mga walang buhay na bagay sa buong sangkalawakan. Ang hayop, na lumitaw pagkatapos ng halaman, ay may mas maliit na masa, kung ikukumpara sa halaman. Ang nagsasalita, ang huling lumitaw, ay ang may pinakamaliit na masa sa lahat.

Ang antas ng espiritwal ay lumitaw "kamakailan lamang." Dahil ang pinag-uusapan natin dito ay ang oras-geological, kapag sinabi nating kamakailan, ibig sabihin ay umusbong ito ilang libong taon pa lamang ang nakakaraan.

Hindi maga-gagap ang buong sukat ng Paglikha. Kung titingnan natin ang pyramid ng Paglikha (Figure 8) at iisipin ang mga proporsyon sa pagitan ng bawat dalawang magkatabing antas magsisimulang maunawaan natin kung gaano pa lamang talaga katatapos lumitaw ang pagnanasa para sa kabanalan. Kung "isisiksik" natin ang oras na umiiral ang sangkalawakan na sa pagtantiya ay - humigit-kumulang labinlimang bilyong taon - sa isang araw na dalawampu't apat na oras, ayon sa kalkulasyon, ang pagnanasa para sa kabanalan ay lumitaw 0.0288 segundo na ang nakakalipas. Sa usaping geological, ito ay ngayon.

Kabanata 4: Pagwawasto kay Adam Upang Makamit ang Perpeksyon 94

Kaya, sa isang banda, mas mataas ang pagnanasa, mas kakaiba (at mas bata) ito. Sa kabilang banda, ang pagkakaroon ng isang espiritwal na antas sa itaas ng antas ng tao ay nagpapahiwatig na hindi pa natin nakumpleto ang ating ebolusyon. Ang ebolusyon ay nagpapatuloy na masigla tulad ng dati, ngunit dahil tayo ang huling antas na lumitaw, natural na iniisip nating tayo ang nangungunang antas. Maaaring tayo'y nasa pinakamataas na antas, ngunit wala tayo sa huling antas. Tayo lamang ay nasa huling antas nang mga antas na lumitaw.

Ang huling antas, ang espiritwal, ay gagamitin ang ating mga katawan bilang tahanan, ngunit ito'y bubuuin ng ganap na mga bagong paraan ng pag-iisip, pakiramdam at pagkatao. Sa antas na ito, ating makikita nang kakaiba ang katotohanan kaysa ngayon. Nagbabago na ito sa panloob natin, at ito ang tinatawag na "antas na espiritwal."

Walang mga pisikal na pagbabagong mangyayari o bagong uri ng species, isang pagbabago lamang sa ating pang-unawa sa mundo. Ito ang dahilan kung bakit ang susunod na yugto ng ebolusyon ay napakahirap; nasa loob natin ito. Ang yugtong ito ay magaganap kung may kamalayan man tayo o wala. Gayunpaman, sa pagkakaroon ng kamalayan at aktibong pakikilahok, maaari nating mapabilis ang paglitaw nito at gawin itong mas kaakit-akit at kasiya-siya. Ang karunungan ng Kabbalah ay nagtuturo kung paano tayo maaaring magkaroon ng kamalayan ng antas ng espirituwal sa loob natin, at makilahok sa pag-unlad nito sa pinakamabisa at kapaki-pakinabang na paraan para sa atin. Para sa layuning ito nilikha ang Kabbalah.

TULAD NANG SA ITAAS, ANG SA IBABA

Kung iguguhit natin ang isang pagkaka-agapay sa pagitan ng mga yugto sa lupa at ng apat na pangunahing mga anyo ng Liwanag, ang panahon ng nakapirmi ay tumutugma sa Ugat na Anyo, ang panahon ng halaman ay tumutugma sa Unang Anyo, ang panahon ng hayop sa Pangalawang Anyo, ang nagsasalita sa panahon ng Pangatlong Anyo, at ang panahon ng espiritwal ang Pang-Apat na Anyo.

Ang panahon nang nagbabagang batang planetang Earth ay tumagal ng ilang bilyong taon. Habang lumalamig ito, lumitaw ang buhay-halaman at naghari sa planeta sa loob ng maraming milyong mga taon pa. Ngunit habang ang dami nang halaman ay mas kakaunti kaysa sa nakapirmi, ang panahon ng halaman ay mas maigsi kaysa sa nakapirmi.

Kasunod ng pagkumpleto ng yugto ng halaman, dumating ang yugto ng hayop. Tulad ng nakaraang dalawang yugto, ang yugto ng hayop ay mas maikli kaysa sa yugto ng halaman, na tumutugma sa proporsyon ng bigat at sukat (mass) sa pagitan ng halaman at hayop.

Ang yugto ng tao sa pyramid, na tumutugma sa antas ng nagsasalita ay nasa paligid lamang ng nakaraang apatnapung libong taon o higit pa. Kapag nakumpleto na nang sangkatauhan ang ebolusyon nito sa ika-apat (at huling) yugto, ang ebolusyon ay makukumpleto at ang sangkatauhan ay muling makikipag-isa sa Maylikha.

Kabanata 4: Pagwawasto kay Adam Upang Makamit ang Perpeksyon

Ang Pang-apat na Yugto ay nagsimula mga limang libong taon na ang nakakaraan, nang unang lumitaw ang mga pagnanasa para sa kabanalan. Sa Kabbalah, ang hitsura ng pagnanasa para sa kabanalan ay tinatawag na "ang paglitaw ng punto sa puso."

Kung susuriin ninyo ang pyramid sa Figure 8, makikita ninyo na talagang mayroon tayong isang napakalawak na batayan ng pyramid na ito. Ang bawat antas ay naglalaman ng mas maraming sangkap at tumatagal ng mas mahaba kaysa sa nasa itaas nito.

Gayunpaman, ang bawat antas ay ganap na nasasakop at kinokontrol ng katabing mas mataas dito. Ito ang dahilan kung bakit ang pagwawasto ng buong mundo ay nakasalalay sa pagwawasto ng huli, at pinakamataas na antas - ang ispiritwal.

Tulad nang sa espirituwal na mundo, ang pangalan ng taong unang naranasan ang punto sa puso ay si Adan. Siya ay si Adam Ha Rishon (Ang Unang Tao). Ang pangalang Adam ay nagmula sa mga salitang Hebreo, Adameh la Elyon-- "Ako ay magiging katulad ng Kataastaasan" (Isaias 14:14) —at sumasalamin sa pagnanasa ni Adan na maging katulad ng Maylikha.

Ang Punto sa Puso

Kapag ang mga Kabbalista ay nagsusulat tungkol sa puso, sila ay hindi tumutukoy sa pintig sa ating mga dibdib. Ang puso ay kabuuan ng ating mga hangarin na makatanggap ng kasiyahan, at ang pagnanasa para sa kabanalan ay ang "punto sa puso." Ang puntong ito ay napaka-importante dahil sa sandaling lumitaw ito ay nagbibigay ng isang bagong liwanag sa lahat ng bagay na naranasan natin at nagbibigay sa ating buhay ng isang mas mataas at espiritwal na kahulugan. Ang puntong ito sa puso ang siyang magtuturo sa atin sa espiritwalidad.

Sa kasalukuyang panahon, sa simula ng ika-21st siglo, ang ebolusyon ay kinukumpleto ang pag-unlad nitong Ika-apat na Yugto--ang pagnanais na maging tulad ng Maylikha. Ito ang dahilan kung bakit ngayon maraming tao ang naghahanap ng mga espiritwal na kasagutan sa kanilang mga katanungan.

PAG-AKYAT SA BAHAGDAN

Kapag pinag-uusapan ng mga Kabbalista ang tungkol sa pag-inog sa espiritwal, tinutukoy nila ang pag-akyat sa espirituwal na bahagdan. Ito ang dahilan kung bakit pinangalanan ng Kabbalista na si Yehuda Ashlag ang kanyang komentaryo sa Ang Aklat ng Zohar, Perush HaSulam (The Ladder Commentary), kung saan siya ay pinangalanang Baal HaSulam (May-ari ng Bahagdan). Ngunit ang pag-akyat "pataas sa bahagdan" ay talagang nangangahulugang "pagbabalik sa mga ugat." Ito ay dahil ang mga ugat ng ating paglikha, ang Mataas na Mundo, ay bahagi natin. Sa isang kahulugan, nakarating na tayo doon, kahit na wala tayong kamalayan dito. Ngayon dapat nating mapag-aralan kung paano tayo makakabalik doon sa pamamagitan ng ating sarili, nang may kamalayan.

Kabanata 4: Pagwawasto kay Adam Upang Makamit ang Perpeksyon

Ang ugat ay ang ating pangwakas na layunin, kung saan tayo sa huli ay patungo. Ngunit upang makarating doon nang mabilis at mapayapa kailangan natin ng isang malaking pagnanasa para dito - isang Kli. Ang pagnanais para sa kabanalan ay kung ano ang naglalarawan sa espiritwal na antas ng ating ebolusyon.

Tulad ng hindi lahat ng mga manlalaro na may talento ang nakakuha ng medalya ngunit tanging yaon lamang mga may angking kakayahan at mataas ang motibasyon, upang makamit ang kabanalan, kailangan nating maging napakataas ng motibasyon. Upang maunawaan natin kung saan nakukuha ng mga manlalaro na may mataas na motibasyon ang kanilang motibasyon, dapat tayong tumingin hindi lamang sa mga atleta, ngunit sa kanilang kapaligiran. Sa maraming mga bansa, may mga espesyal na paaralan para sa mga atleta, kung saan ang kanilang buong buhay ay lubusang umiikot sa kanilang isport, at ang kanilang pagiging mapagkumpitensya ay napagyayaman..

Katulad nito, upang makamit ang kabanalan, dapat tayong lumikha ng isang kapaligiran na maghihimok sa atin na maging mas espiritwal. Ang ganitong kapaligiran ay maglalagay sa ating mga isipan na ang kabanalan ay ang pinakamahalagang bagay sa buhay, at sa pamamagitan ng pagkakamit nito, tayo ang magiging pinakamasaya at pinaka-kumpletong tao sa mundo. Ang ating mga kaibigan ay ilalarawan kung gaano kadakila ang maging espiritwal, kaisa ng Maylikha, tulad ng pag-uusap ng mga atleta at kanilang mga kaibigan tungkol sa pagka-panalo sa ganitong karera at iba pa, at kung ano ang pakiramdam na maging una sa linya ng pagtatapos atbp. Sa Kabbalah, sasabihin natin na "ang medalya ay nagniningning" para sa mga atleta na may "Nakapalibot na Liwanag" (Surrrounding Light).

Samakatuwid, upang magustuhan ang espiritwalidad, kailangan nating makakuha ng uri ng Nakapalibot na Liwanag na gugustuhin nating magustuhan ang espiritwal na kasiyahan. At mas higit na ganitong Liwanag ang ating matitipon, mas mabilis tayo uunlad. Ang pagnanais sa kabanalan ay tinatawag na "raising MAN," at maaari nating gamitin ang parehong pamamaraan na ginagamit ng mga manlalaro upang madagdagan ang pagnanais para sa isang medalya - ilarawan ito, pag-usapan ito, basahin ang tungkol dito, pag-isipan ito, at gawin ang anumang maaari upang tutukan ito.

Ngunit ang pinakamakapangyarihang paraan upang madagdagan ang anumang pagnanais gayunparin ay ang ating kapaligirang panlipunan.

Mayroon bang pagkakaiba sa pagitan ng "SurroundingLight" at "Light" Lamang?
Ang magkaibang tawag sa "Nakapalibot ma Liwanagt" (Surrounding Light) at "Liwanag," (Light) ay nauugnay sa dalawang epekto ng parehong Liwanag. Ang Liwanag na hindi itinuturing na Nakapalibot ay ang nararanasan natin bilang kasiyahan, habang ang Nakapalibot na Liwanag ay ang Liwanag na nagtatayo ng ating Kli, ang lugar kung saan papasok ang Liwanag. Ang dalawa ay talagang iisang Liwanag, ngunit kapag naranasan natin ito bilang pagwawasto at pagbubuo, tinatawag natin itong "Nakapalibot na Liwanag." Kapag naramdaman natin ito bilang purong kasiyahan, tinatawag natin itong "Liwanag." Sa kanyang "Panimula sa Pag-aaral ng Sampung Sefirot," ipinaliwanag ni Baal Ha Sulam na hanggang sa mabuo natin ang isang Kli, hindi natin matatanggap ang anumang Liwanag. Ngunit ang Liwanag ay naroroon, pumapalibot sa ating mga kaluluwa, at unti-unting itinatayo ang ating Kli sa pamamagitan ng pagtataas ng ating pagnanasa para dito.

Pag-uusapan natin ang tungkol sa kapaligiran nang higit pa sa Ikatlong Bahagi, ngunit sa ngayon, isipin natin ito sa sumusunod na paraan: Kung ang lahat sa paligid ko ay nagnanais at pinag-uusapan ang parehong bagay, at mayroon lamang isang bagay na "uso," nakakatiyak ako na gugustuhin ko ito. Habang lumalakas ang pagnanais ko sa isang bagay, mas lumalaki ang aking mga pagsisikap na makuha ito, habang lumalaki ang aking Kli, mas lumalaki ang Nakapalibot na Liwanag na matatamo ko.

Ang lumalaking Kli ay naghihikayat sa akin na bumuo ng mga bagong paraan upang makuha ang nais ko, kaya't mas mabilis na umuunlad patungo sa aking layunin. Ang pormula ay simple at tuwiran: Kung mas malaki ang Kli, mas malaki ang Liwanag; mas malaki ang Liwanag, mas mabilis ang pagwawasto at pagtanggap ng Liwanag sa loob ng Kli.

PAGBUBUO NG SISIDLAN (*KLI*)

Kailangan pa rin nating maunawaan kung paano itinatayo ng Nakapalibot na Liwanag ang ating Kli at kung bakit ito tinatawag na "Liwanag" sa simula. Ngunit upang maunawaan iyon, dapat muna nating maunawaan ang konsepto ng Reshimot.

Alalahanin na ang mga espiritwal na mundo at ang kaluluwa ni Adam ha Rishon ay nagbago sa isang tiyak na pagkakasunud-sunod. Sa mga mundo, nang Adam Kadmon, Atzilut, Beria, Yetzira, at Assiya. Sa Adam ha

Kabanata 4: Pagwawasto kay Adam Upang Makamit ang Perpeksyon

Rishon, ang ebolusyon ay pinangalanang ayon sa uri ng ang pagnanais na umusbong — pirmi, halaman, hayop, nagsasalita, at ispiritwal.

Tulad nang hindi natin nakakalimutan ang ating pagkabata, ngunit tumitingin tayo sa nakaraan para sa kasalukuyan nating mga karanasan, ang bawat nakumpleto na hakbang sa proseso ng ebolusyon ay hindi nawawala, ngunit naka-ukit sa ating "memoryang espiritwal" nang hindi natin namamalayan. Sa madaling salita, sa loob natin, nakahimlay ang buong kasaysayan ng ating espiritwal na ebolusyon, mula noong tayo ay kaisa pa sa Kaisipan ng Paglikha hanggang sa ngayon. Ang pag-akyat sa espirituwal na bahagdan ay nangangahulugan lamang nang pagbalik-alaala sa mga estado na naranasan na natin.

Ang mga alaalang ito ay angkop na pinangalanang Reshimot (mga talaan), at ang bawat Reshimo ay tumutukoy sa isang tiyak na kalagayang espiritwal. Dahil ang ating espiritwal na ebolusyon ay nagbukas sa isang tukoy na pagkakasunud-sunod, ang Reshimot ay lumitaw sa ating loob sa ganoong katulad na paraan. Sa madaling salita, ang ating mga hinaharap na estado ay tukoy na, at hindi tayo lumilikha ng anumang bago, ngunit tanging naaalala lamang at muling nararanasan ang mga kaganapan na nangyari na sa atin. Ang isang bagay na maaari nating matukoy, kung saan tatalakayin natin nang mas mahaba sa mga sumusunod na kabanata, ay kung gaano kabilis natin aakyatin ang bahagdan. Batay sa pagsisikap nating magtrabaho sa pag-akyat dito, mas mabilis ang pagbabago ng mga estado na ito at mas mabilis tayong umuunlad sa espiritwal.

KABBALAH PARA SA MGA NAGSISIMULA – IKALAWANG BAHAGI

Ang bawat Reshimo ay nakukumpleto kapag naranasan na ito nang buo, at tulad ng isang kadena, kapag ang isang Reshimo ay natapos, ang susunod na Reshimo ay lilitaw. Ang Reshimo na nararanasan natin ngayon (ang ating kasalukuyang katotohanan) ay talagang isang supling ng Reshimo na lilitaw sa susunod (ang aking katabing estado sa hinaharap). Ngunit dahil pabalik tayo paakyat sa bahagdan, ang kasalukuyang Reshimo ay naka-kabit sa orihinal na may gawa nito, ang "magulang na Reshimo," at nagising ito. Sa gayon, hindi kailanman natin dapat asahan na wakasan ang kasalukuyan nating estado at magpahinga, sapagkat kapag natapos ang isang estado kinakailangan itong humantong sa kasunod sa linya hanggang sa makumpleto natin ang ating pagwawasto. Pagkatapos nito ay magpapahinga tayo sa isang estado ng walang hanggang kaligayahan. Ang ating mga pagsisikap na maging altruistiko (espiritwal) ay maghahatid sa atin malapit sa ating naiwastong estado sapagkat ang mas malaking Liwanag na ating nahatak ay pumupukaw sa Reshimot nang mas mabilis. At dahil ang mga Reshimot na iyon ay mga talaan ng mga mas mataas na mga espiritwal na karanasan, ang mga pakiramdam na nililikha nila sa atin ay mas espiritwal din.

Kapag nangyari iyon, nagsisimula tayong bahagyang makadama nang pagiging magkakaugnay, nang pagkakaisa, at pagmamahal na umiiral sa estado na iyon, katulad ng isang malayo at mahinang ilaw. Sa ating dagdag na pagsisikap na maabot ito, habang mas lumalapit tayo dito at nagiging mas maliwanag ang ningning nito. Bukod dito, mas malakas ang Liwanag, mas lumalakas ang ating pagnanasa para dito. Sa gayon, ang Liwanag ay binubuo ang ating Kli, ang ating pagnanais para sa kabanalan.

Kabanata 4: Pagwawasto kay Adam Upang Makamit ang Perpeksyon

Ngayon ay nakikita na rin natin na ang pangalang "Nakapalibot na Liwanag," ay perpektong naglalarawan kung paano natin ito nadarama. Hangga't hindi natin ito naabot, nakikita natin ito bilang panlabas, inaakit tayo nang nakakasilaw na pangako ng kaligayahan.

Sa tuwing magtatayo ang Liwanag ng sapat na laki ng Kli para sa ating hakbang para sa kasunod na antas, ang kasunod na Reshimo ay dumarating at isang bagong pagnanasa ang sumusulpot sa atin. Hindi natin alam kung bakit nagbabago ang ating mga ninanais dahil palagi silang bahagi ng Reshimot mula sa isang mas mataas na antas kaysa sa ating kasalukuyang antas, kahit na parang sa ating pakiramdam ay hindi.

Tulad din ng ating kasalukuyang Reshimo na lumabas at dinala tayo sa ating kasalukuyang estado, ang bagong pagnanasang lumalapit ay nagmumula sa isang bagong Reshimo, na magbubunga ng isang bagong estado. Sa sandaling iyon, tinatawag natin ang bagong Reshimo na "ating hinaharap." Gayunpaman, makalipas ang ilang sandali, kapag ang Reshimo ay lumitaw na sa kabuuan, ito ang ating magiging kasalukuyan, tulad ng ating Reshimo na ating kasalukuyan. Ito ay kung paano natin ipinapagpatuloy ang ating pag-akyat sa bahagdan. Ito ay isang paikot na Reshimot at paakyat na nagtatapos sa layunin ng Paglikha-ang ugat ng ating mga kaluluwa, sa sandaling tayo'y pumantay at naging kaisa tayo ng Maylikha.

Kabanata 4: Pagwawasto kay Adam Upang Makamit ang Perpeksyon 104

ANG PAGNANAIS PARA SA ESPIRITWALIDAD

Bago tayo mag-tuon ng pansin sa pagnanais para sa kabanalan, tingnan natin kung ano ang sinasabi ng Kabbalah tungkol sa ating mga indibidwal na naisin: Ang pagkakaiba lamang sa pagitan ng mga tao ay ang paraan na nais nilang maranasan ang kasiyahan. Ang kasiyahan sa sarili nito mismo, ay walang hugis, hindi nahahawakan. Kapag binalot natin ito nang iba't-ibang "damit," o "saplot," lumilikha ito ng isang ilusyon na mayroong iba't ibang uri ng kasiyahan, kahit na sa katunayan simpleng mayroon lamang maraming uri ng mga saplot.

Ang katotohanan na ang kasiyahan sa pinakabuod ay espiritwal ay nagsasabi kung bakit mayroon tayong, lingid sa ating kamalayan, ay pagnanais na palitan ang artipisyal na saplot ng kasiyahan, nang pagnanais na madama ito sa dalisay na anyo nito: ang Liwanag ng Maylikha.

At dahil hindi natin namamalayan na ang pagkakaiba sa pagitan ng mga tao ay nasa saplot ng kasiyahan na hangad nila, hinuhusgahan natin sila ayon sa saplot na nais nila. Tinitingnan natin ang ilang mga saplot ng kasiyahan na lehitimo, tulad ng pagmamahal sa mga bata, habang ang iba, tulad ng mga bawal na gamot, ay itinuturing na hindi katanggap-tanggap. Kapag naramdaman natin ang isang di-katanggap-tanggap na saplot para sa kasiyahan na sumusulpot sa atin, napipilitan tayong ikubli ang ating pagnanasa sa saplot na iyon. Datapwat, ang pagtatago ng isang naisin ay hindi nagtataboy dito, at lalo nang hindi nagwawasto dito.

Tulad ng ipinaliwanag natin sa itaas, ang mas mababang bahagi ng Pang-apat na Yugto ay ang sangkap ng kaluluwa ni Adam ha Rishon (tingnan ang Figure 6 sa p. 66). Tulad na ang mga mundo ay binuo ayon sa lumalaking pagnanasa, ang kaluluwa ni Adam (sangkatauhan) ay umunlad sa pamamagitan ng limang yugto: mula sa Pirmi (basal) hanggang Pang-Apat (espiritwal).

Sa paglitaw ang bawat yugto, nararanasan ito ng sangkatauhan nang husto hanggang sa maubos ito sa sarili nito. Pagkatapos, lilitaw ang kasunod na antas ng pagnanais ayon sa pagkakasunud-sunod ng Reshimot na nakabaon sa atin. Hanggang sa ngayon, naranasan na natin ang lahat ng *Reshimot* ng lahat ng mga naisin mula sa pirmi hanggang sa Nagsasalita. Ang natitira na lamang para sa ebolusyon ng sangkatauhan upang maging kumpleto ay ang maranasan nang husto ang buong espiritwal na mga naisin. Pagkatapos, makakamit ang ating pakikipag-kaisa sa Maylikha.

Sa katunayan, ang paglitaw ng mga pagnanais sa ikalimang antas — ang espiritwal — ay nagsimula noong ika 16 na siglo, tulad ng inilarawan ng Banal na Ari. Ngunit ngayon ay nasasaksihan natin ang hitsura ng pinaka matinding uri sa loob ng ikalimang antas — ang espirituwal sa loob ng espiritwal. Bukod dito, nasasaksihan natin ang paglitaw nito sa napakaraming bilang, nang mga milyong tao sa buong mundo na naghahanap ng mga espiritwal na kasagutan sa kanilang mga katanungan.

Kabanata 4: Pagwawasto kay Adam Upang Makamit ang Perpeksyon

Dahil ang Reshimot na umibabaw ngayon ay may mas malakas na pagnanasa para sa kabanalan kaysa dati, ang mga pangunahing tanong na tinatanong ng mga tao ay tungkol sa kanilang mga pinagmulan, ang kanilang mga ugat! Bagaman ang karamihan sa mga naghahanap na ito ay may bubong sa kanilang mga ulo at sapat na kita upang masuportahan ang kanilang sarili at kanilang mga pamilya, gusto nilang malaman kung saan sila nagmula, sa pamamagitan ng kaninong plano, at para sa anong layunin. Kapag hindi sila nasiyahan sa mga sagot na iniaalok ng mga relihiyon, hinahanap nila ang mga ito sa iba pang mga disiplina at katuruan.

PANG-APAT NA YUGTO -
ANG YUGTO NG PAG-INOG NA MAY KAMALAYAN

Ang pangunahing pagkakaiba sa pagitan ng Apat na Yugto at lahat ng iba pang mga yugto ay sa bahaging ito, dapat tayong uminog ng sadya. Sa mga nakaraang yugto, palaging Kalikasan ang nagtutulak sa atin lumipat mula sa isang yugto patungo sa susunod. Ginagawa ito sa pamamagitan ng panggigipit sa atin ng sapat upang dumanas ng hindi komportableng pakiramdam at maghangad na baguhin ang ating kasalukuyang estado. Ganito binubuo ng Kalikasan ang lahat ng mga bahagi nito: ang tao, hayop, halaman, at kahit ang mga walang buhay (pirmi).

Ang ating likas na pagnanais ay hindi aktibo. Ito ay dahil tayo ay sadyang linikha upang maging mga tagatanggap ng kasiyahan, hindi tagapag-bigay nito (maliban sa ating intensiyon). Samakatuwid, lumilipat lamang tayo mula sa isang estado patungo sa kasunod kapag ang sitwasyon ay hindi na makakayanan. Kung hindi, mas gusto nating manatiling walang galawan. Ang lohika ay simple: Kung maayos ako kung nasaan ako, bakit lilipat?

Ngunit ang Kalikasan ay may ibang plano na inilaan para sa atin. Sa halip na hayaan tayong manatili sa ating kasalukuyang walang kamalayang katayuan, nais nitong umunlad tayo hanggang marating natin ang ating antas sa sarili nito, ang antas ng Maylikha. Matapos ang lahat, ito naman ang layunin ng Paglikha.

Kaya mayroon tayong dalawang pagpipilian: maaari tayong umunlad sa pamamagitan ng tulak ng Kalikasan na maaaring maging mahapdi, o maaari tayong umunlad nang walang hirap sa pamamagitan ng pagiging aktibo sa pagpapa-unlad ng ating kamalayan. Ang pananatiling pasibo at walang pag-unlad ay hindi isang pagpili dahil ito'y hindi umaayon sa plano ng Kalikasan noong nilikha tayo nito.

Noong ang ating espiritwal na antas ay nagsimulang uminog, maaari lamang itong mangyari kung nais nating umunlad yaong marating natin ang parehong kalagayan tulad ng Maylikha. Sadyang katulad sa Pang-apat na Yugto, tayo'y kinakailangan mag-kusang baguhin ang ating pagnanais.

Kabanata 4: Pagwawasto kay Adam Upang Makamit ang Perpeksyon

Samakatwid, ang Kalikasan ay patuloy na itutulak tayo. Patuloy tayong tatamaan ng mga bagyo, lindol, epidemya, terorismo, at lahat ng uri ng likas at gawa-ng-taong mga pahirap hanggang ating matanto na dapat tayong magbago, na dapat tayong may kamalayang bumalik sa ating Ugat.

Tulad ng ating nabanggit, ang pisikal na mundo ay ginawa noong sandaling ang kaluluwa ng Adam Ha Rishon ay nabasag. Sa ganoong katayuan, ang lahat ng mga naisin ay nagsimulang lumitaw isa-isa mula sa pinakamagaan hanggang sa mabigat, mula sa basal tungo sa espiritwal, ginagawa ang ating mundo, nang yugto kada yugto.

Sa kasalukuyan, sa simula nang ika-21 siglo, ang lahat ng antas ay nakumpleto na maliban sa pagnanasa para sa espiritwalidad, na lumilitaw na ngayon. Sa sandaling ating maiwasto ito, tayo'y makakapag-kaisa sa Maylikha dahil ang ating pagnanais para sa espiritwalidad ay sa katotohanan ang pagnanais natin para sa pakikipag-kaisa sa Kanya. Ito ang pinaka-tuktok ng proseso ng pag-unlad ng mundo at nang sangkatauhan.

Sa pamamagitan nang ating kusang pagpapalakas nang ating naisin na bumalik sa ating espiritwal na ugat, maitatayo natin ang isang espiritwal na Kli. Ang Nakapalibot na Liwanag ay iwawasto ang Kli pauunlarin ito. Bawat bagong antas ng pag-unlad ay pupukaw sa isang bagong Reshimo, isang talaan ng isang nagdaang estado na atin nang naranasan noong tayo ay mas wasto pa. Sa dakong huli, ang Nakapalibot na Liwanag ay iwawasto ang buong Kli, at ang kaluluwa ng Adam Ha Rishon ay maibabalik kasama ang lahat ng bahagi nito na kaisa ng Maylikha. Ngunit ang prosesong ito ay tumutungo sa isang katanungan: Kung ang Reshimo ay nakalimbag sa loob ko, at kung ang mga estado ay napupukaw at nararanasan sa loob ko rin, kung gayon nasaan ang tunay na reyalidad sa lahat ng ito? Kung ang ibang tao ay mayroong ibang Reshimo, ibig bang sabihin noon na siya ay nabubuhay sa mundo na iba sa akin? At paano ang tungkol sa espiritwal na mundo, saan sila umiiral kung ang bawat bagay na aking nararanasan ay umiiral lamang sa loob ko? Dagdag pa rito, nasaan ang "tahanan ng Maylikha?"

Ang Pangatlong Bahagi ay sisikaping sagutin ang lahat ng mga katanungang ito.

Pangatlong Bahagi

Pag-uusap tungkol sa Reyalidad

5
Ang Lahat sa Isa at Isa sa Lahat

"Ating nakikita ang isang malaking daigdig sa ating harap, at lahat ng kamangha-manghang nilalaman nito. Ngunit sa katotohanan, ating nakikita ang lahat ng iyon sa loob natin. Sa madaling salita, mayroong isang uri ng potograpikong makina sa likod ng ating utak, na naglalarawan ng bawat bagay na ating nakikita, at doon ay walang nasa labas natin."

-Baal HaSulam,
"Pambungad sa Aklat ng Zohar"

Sa lahat ng mga di-inakalang konsepto na matatagpuan sa Kabbalah, walang makakatulad sa mahirap na mahulaan at labas sa katwiran, ngunit napakalalim at nakakabighaning konseptong tungkol sa konsepto ng reyalidad. Kung hindi kay Einstein at sa sumunod na mga quantum physicists, na nagpabago ng ating pag-iisip tungkol sa reyalidad, ang mga ideya na inilahad dito ay ibinasura na bilang kakatwa.

Sa nakaraang kabanata, ating sinabi na ang pag-unlad ay bumubukas bilang pagpapamalas ng ating mga makasariling naisin. Ngunit kung ang ating mga pagnanasa ang nagtulak sa pag-unlad ng ating mundo, ano ang mangyayari kung wala tayong mga naisin na anupaman? Magkakaroon pa rin ba ng isang mundo? Dahil kung ang mga naisin ay nagtulak sa pag-unlad, marahil ang ating daigdig ay isang produkto lamang nang ating mga naisin, isang kuwento lamang na gusto nating paniwalaan?

Sa Pangatlong Kabanata, ating sinabi na ang Paglikha ay nagsimula mula sa Isipan ng Paglikha. Ang mga Yugto ay kinabibilangan ng sampung *Sefirot*: *Keter*, (ang Ugat na Yugto), *Hochma*, (Unang Yugto), *Bina*, (Pangalawang Yugto), *Hesed*, *Gevura*, *Tifferet*, *Netzah*, *Hod*, at *Yesod* (na lahat na ito ay bumubuo ng Pangatlong Yugto-*Zeir Anpin*), at *Malchut* (Pang-apat na Yugto). Ang Aklat ng Zohar ay nagsabi na ang buong reyalidad ay binubuo lamang ng sampung *Sefirot*, o ang apat na batayang mga yugto (Figure 9).

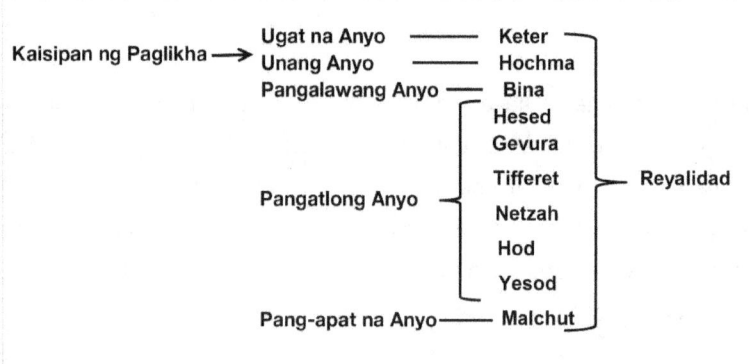

Figure 9: Ang Kaisipan ng Paglikha ay nagbunga sa paglikha ng apat na anyo na kasama ang sampung *Sefirot*. Ang istrukturang ito ay ang kabuuan ng reyalidad.

Tulad na ang mga atoms ay ang mga bumubuong elemento ng ating mundo, ang sampung Sefirot ay ang balangkas ng mga blokeng bumubuo ng espiritwal na mundo.Ang dalawa ay parehong gawa ng mga "positibong" mapagbigay na bahagi kasama ang Sefirot mula sa *Keter* hanggang

Kabanata 5: Lahat sa Isa at Isa sa Lahat

Yesod, at isang "negatibong" tagatanggap na bahagi, ang *Malchut*. Ito ang simpleng, di-mapagwawalay na balangkas ng espiritwal na reyalidad. Sa nakaraang kabanata ating sinabi na "ang tanging pagkakaiba sa pagitan ng mga tao ay kung sa paanong paraan nila gustong maramdaman ang kasiyahan," sa kanilang mga naisin. Kaya, ang ating iba't-ibang naisin ay lumilikha ng ibang-ibang reyalidad sa bawat isa sa atin, bagama't ang lahat ng ating mga "reyalidad" ay binubuo ng parehong simpleng nilalaman: ang pagnanais na makaramdam ng kasiyahan.

Kapag ginagamit natin ang ating pisikal na egotistikong mga naisin upang maramdaman ang reyalidad, tinatawag natin ang karanasang ito na "ating mundo." At kapag naman ating naranasan ang sampung *Sefirot* na balangkas sa ating mga espiritwal na naisin, tinatawag natin itong "ang espiritwal na mundo." Ang mga espiritwal na naisin ay mayroon ding ibang pangalan, Kelim (vessels/sisidlan).

At dahil kailangan natin ang ating mga pandama upang madama ang pisikal na reyalidad, kailangan natin ang sisidlan upang madama ang espiritwal na reyalidad. Ang layunin ng karunungan ng Kabbalah ay upang matulungan tayong paunlarin ang mga sisidlan na iyon. Katulad sa ating utak na ginagamit ang mga letra ng alphabet upang pag-aralan at ilarawan ang mundong ito, ang ating espiritwal na sisidlan ay ginagamit ang balangkas ng sampung *Sefiirot* upang pag-aralan at ilarawan ang mga espiritwal na mundo.

At panghuli, upang maunawaan itong mundo, kailangan nating sundin ang ilang paghihigpit at panuntunan sa pag-aaral at eksperimento. Gayundin, upang makamit ang pinakamalapit na pag-unawa sa espiritwalidad, kailangan nating mallaman kung anong mga paghihigpit at panuntunan ang susundin sa espiritwal na mundo.

TATLONG HANGGANAN SA PAG-AARAL NG MATAAS NA MUNDO

Ang espiritwal na mga mundo ay may tatlong hangganan o patnubay. Upang makamit ang Layunin ng Paglikha at maging tulad ng Maylikha, kailangan lamang nating sundin ang mga ito.

Payo ng Isang Kabbalista

Ang mga payo ng mga Kabbalista ay hindi kailanman sapilitan o marahas. Sila'y nagmumungkahi, ngunit tayo ang dapat mamili kung susundin ang kanilang payo o hindi. Sa "Pambungad sa Aklat ng Zohar," si Baal HaSulam ay bumanggit ng tatlong hangganan. Kanyang ipinaliwanag na ang pagsunod sa mga ito ay ang pinakamadali at pinakamabilis na paraan upang makamit ang espiritwalidad. Kanya ring sinabi na ang mga payong ito ay ang tanging paraan sa pag-aaral ng Kabbalah sa isang paraan na makakapagbigay sa mga estudyante ng espiritwal na pang-unawa. Ngunit sinabi rin ni Baal HaSulam na mayroong ibang mga paraan ng pag-aaral; at bagama't kanyang sinabi na ang mga ito'y walang saysay sa espiritwalidad, ang desisyon na subukan ang mga ito ay bukas sa sinuman.

Kabanata 5: Lahat sa Isa at Isa sa Lahat

Unang Hangganan - Ano Ang Ating Nadarama

Sa kanyang "Pambungad sa Aklat ng Zohar," isinulat ni Baal HaSulam na mayroong "apat na uri ng pang-unawa--Materya, Anyo ng Materya, Kaibuturan ng Anyo, at Kaibuturan." Sa ating pagsasaliksik sa Kalikasan ng espiritwal, dapat lamang tayong gumawa sa mga kategoryang iyon na magbubunga ng solido at maaasahang impormasyon. Tulad ng ating susunod na makikita, tanging ang unang dalawang kategorya, Materya at Anyo ng Materya lamang ang maaari para sa atin. Ito ang dahilan kung bakit ang *Aklat ng Zohar* ay ipinaliwanag lamang ang dalawang iyon at bawat salita doon ay nakasulat sa dalawang paningin ng Materya at Anyo ng Materya. Walang isa mang salita mula sa paningin ng Kaibuturan ng Anyo o Kaibuturan.

Pangalawang Hangganan -- Saan Tayo Nakadarama

Tulad ng ating sinabi, tayong lahat ay piraso ng kaluluwa ng *Adam HaRishon*, na unang ginawa sa Mataas na Mundo at pagkatapos ay nabasag sa mga piraso. Ang *Zohar* ay itinuturo na ang maraming bilang ng mga piraso, eksaktong nobenta't siyam na porsyento, ay kumalat sa mundo ng *Beria*, *Yetzira*, at *Assiya* (*BYA*), at ang nalalabing isang porsyento ay umangat sa *Atzilut*.

Kaya, ang kumalat na kaluluwa ni Adam ang bumuo ng nilalaman ng mga mundo ng *BYA*. At dahil tayong lahat ay bahagi ng kaluluwang iyon, malinaw na bawat bagay na ating nadarama ay maaari lamang na mga bahagi ng mga mundong iyon. Kaya kahit sa sandaling makamit natin ang espiritwalidad, ang bawat bagay na ating nararamdaman na nanggagaling sa mataas na mundo na labas sa *BYA*, tulad ng *Atzilut* o *Adam Kadmon*, ay hiindi tama kahit paano ito lumalabas para sa atin. Lahat nang maaari nating madama sa mundo ng *Atzilut* at *Adam Kadmon* ay tanging mga isipin, na dumaraan sa salaan ng mundo ng *BYA*.

Ang ating mundo ay nasa pinaka-mababang antas ng mundo ng *BYA*. Ang katotohanan, ang antas na tinawag na "ating mundo" ay ganap na kabaligtaran ang katangian sa espiritwal na mundo. Ito ay tulad nang parang dalawang taong magkatalikuran at lumalakad tungo sa magkabilang direksyon. Ano ang tsansa ng dalawa na magtatagpo kung sakali?

Subalit sa sandaling naiwasto natin ang mga sarili, "mabubuksan ang ating mga mata" at matutuklasan na tayo'y umiiral na sa mundo ng *BYA*. Sa dakong huli, tayo'y aangat din patungo sa *Atzilut* at *Adam Kadmon*.

Pangatlong Hangganan -- Sino ang Nakadarama

Bagama't ang *Ang Zohar* ay inilalarawan ang nilalaman ng bawat isang mundo at kung ano ang nagaganap doon nang buong detalyado, na parang halos mayroong isang pisikal na lugar, kung saan ang mga prosesong iyon ay lumilitaw, ito'y tumutukoy lamang sa mga karanasan ng mga kaluluwa. Sa madaling salita, ito'y tungkol sa paano nararamdaman ang mga bagay, at sinasabi sa atin ang tungkol sa mga ito para maranasan din natin ang mga ito. Samakatwid, kapag nabasa natin sa *Ang Zohar* ang mga pangyayari sa mundo ng *BYA*, tayo sa totoo ay nag-aaral paano si Rabbi Shimon Bar Yochai (Rashbi), may akda ng *Ang Aklat ng Zohar*, ay naramdaman ang espiritwal na estado.

Gayundin kapag ang mga Kabbalista ay nagsulat tungkol sa mga mundong nasa ibabaw ng *BYA*, hindi sila nagsusulat tungkol sa mga mataas na mundong iyon, kundi tungkol sa kung paano naramdaman ng mga manunulat yaong mga mundo habang nasa mundo ng *BYA*. At dahil ang mga Kabbalista ay nagsusulat tungkol sa kanilang mga personal na mga karanasan, mayroong mga pagkakatulad at pagkakaiba sa mga Kabbalistikong panulat.

Ang ilan sa kanilang mga inusulat ay kaugnay sa pangkalahatang balangkas ng mga mundo, tulad ng mga pangalan ng *Sefirot* at nang mga mundo. Ito ay totoo lalu't-higit sa mga guro na katulad ni Baal HaSulam at ni Ari. Ang ibang mga panulat ay kaugnay sa mga personal na karanasan ng mga Kabbalista sa mga mundong ito.

Kabanata 5: Lahat sa Isa at Isa sa Lahat

Halimbawa, kung ako'y magkuwento sa isang kaibigan tungkol sa aking biyahe sa New York, maaaring magkuwento ako tungkol sa Times Square o sa malaking tulay na tumatawid mula sa Manhattan patungong mainland. Pero maaari rin akong magkuwento tungkol sa pagkalito ko habang nagmamaneho sa gitna ng Brooklyn Bridge at ano ang pakiramdam ko habang nakatayo sa gitna ng Times Square, nalulunod sa nakakasilaw na liwanag, kulay, at tunog habang nababalot ng pakiramdam ng isa ng tao na walang isa mang kakilala.

Ang pagkakaiba sa pagitan nang unang dalawang halimbawa at sa huli ay ang sa huling dalawang halimbawa, ako'y nagsasabi tungkol sa personal na mga karanasan. Sa unang dalawa, ako'y nagbabanggit ng mga impresyon na ang bawat isa ay makukuha habang nasa Manhattan bagama't ang bawat isa ay mararamdaman ang mga ito nang may pagkakaiba.

Ang *Aklat ng Zohar* ay hindi dapat tingnan na parang isang ulat ng mistikong pangyayari o tinipong mga kuwento. Tulad ng lahat ng aklat ng Kabbalah, ang A*ng Zohar* ay dapat gamitin bilang isang kagamitan sa pag-aaral. Ibig sabihin na ang aklat ay makakatulong sa inyo kung gusto ninyong maranasan ang inilalarawan nito. Kung hindi, ang aklat ay walang maitutulong sa inyo, at hindi ninyo ito maiintindihan. Ang pag-uunawa sa mga salitang Kabbalistiko ng tama ay nakasalalay sa inyong intensiyon habang binabasa ang mga ito, sa dahilang bakit ninyo binuklat ang mga ito, at hindi sa inyong intelektwal na kakayahan. Tanging kung nais lamang ninyo na mabago ang inyong katangian at maging altruistiko tulad nang inilalarawan ng mga salita dito, ang aklat ay magkakaroon ng epekto sa inyo.

Nang ating binanggit ang tungkol sa Unang Hangganan, ating sinabi na *Ang Aklat ng Zohar* ay nagsasabi lamang mula sa pananaw ng Materya at Anyo ng Materya. Si Baal HaSulam ay ipinaliwanag na ang Materya na Ang *Aklat ng Zohar* ay inilalarawan ay ang pagnanais na tumanggap at ang Anyo ng Materya ay ang intensiyon kung saan ang pagnanais na tumanggap ay kumikilos--para sa akin o para sa iba.

Sa simpleng salita: Materya = pagnanais na tumanggap: Anyo = intensiyon

Ang Anyo ng Pagkakaloob sa sarili nito mismo ay tinatawag na "ang mundo ng Atzilut." Ang pagkakaloob sa Kaibuturang Anyo nito ay ang katangian ng Maylikha: ito ay lubos na walang kaugnayan sa mga nilikha na tumatanggap nito na kanilang kalikasan. Datapwat, ang mga nilikha (mga tao) ay makakayang balutin ang kanilang pagnanais na tumanggap sa Anyo ng pagkakaloob, upang magawa itong pagkakaloob. Sa madaling salita, maaari tayong tumanggap, at sa ginagawang ito, sa katunayan ay nagiging tagapag-bigay.

Kabanata 5: Lahat sa Isa at Isa sa Lahat

Mayroong dalawang dahilan bakit hindi tayo basta simpleng makapag-bigay:

1) Upang makapag-bigay, mayroon dapat gustong tumanggap. Ngunit maliban sa atin (mga kaluluwa), tanging ang Maylikha lamang ang hindi nangangailangang tumanggap ng anumang bagay, dahil ang Kanyang kalikasan ay pagbibigay. Samakatwid ang pagbibigay ay hindi makatotohanan para sa atin.

2) Dahil ang Maylikha ay nais magbigay, Siya sa panimula ang gumawa nang pagnanais na tumanggap. Ang pagtanggap ay ang ating kaibuturan, ang ating Materya.

Ngayon, ang huling dahilan na ito ay mas kumplikado kaysa sa unang pagtingin. Nang sinabi ng mga Kabbalista na ang tanging nais natin ay tumanggap, hindi nila ibig sabihin na ang tanging ginagawa natin ay tumanggap, ngunit ito ay ang nakapaloob na motibasyon sa likod ng bawat bagay na ating ginagawa. Tinuran nila ito nang napakalinaw: kung hindi ito nagbibigay sa atin ng kasiyahan, hindi natin makakayang gawin ito. Hindi lamang iyon, king hindi natin gusto; simpleng hindi talaga maaari. Ito ay dahil ang Maylikha (ang Nature, ang Puwersang Mapagbigay) ay nilikha tayo na mayroon lamang pagnanais na tumanggap. Samakawid, hindi natin kailangan baguhin ang ating pagkilos, subalit tanging ang nakapaloob na intensyon sa likod nang mga ito.

TAMANG PAG-UNAWA SA REYALIDAD

Maraming mga termino ang ginagamit sa paglalarawan nang "pag-unawa Para sa mga Kabbalista, ang pinaka-malalim na antas ng pagka-intindi ay tinatawag na "pagtatamo." Dahil pinag-aaralan nila ang mga espiritwal na mundo, ang kanilang tunguhin ay ang marating ang "espiritwal na pagtatamo." Ang pagtatamo ay tumutukoy sa ganoong kalawak at lubusang pagka-intindi at pagtingin, na walang katanungang naiiwan na walang kasagutan. Ang mga Kabbalista ay isinulat na sa dakong huli nang pag-inog ng sangkatauhan, makakamit nating lahat ang Maylikha sa isang estado na tinatawag na "Pagkakatulad ng Anyo."

Upang marating yaong hangarin, ang mga Kabbalista ay maingat na ipinakita aling bahagi ng reyalidad ang ating dapat pag-aralan, at alin ang hindi. Upang matukoy itong dalawang landas, ang mga Kabbalista ay sinunod ang isang napaka-simpleng prinsipyo: Kung ang ating pinag-aaralan ay nakakatulong upang matuto ng mas mabilis at mas tama, kailangan nating pag-aralan ito, kung hindi, huwag nating bigyang pansin iyon.

Samakatwid, ang mga Kabbalista sa pangkalahatan, at Ang Aklat ng Zohar sa partikular, ay pinag-iingat tayo na pag-aralan lamang kung ano ang maaaring nating maunawaan nang may lubusang katiyakan. Anumang pag-aakala na maganap ay hindi natin dapat sayangin ang ating oras, dahil ang ating pagtatamo ay magiging kaduda-duda.

Ang mga Kabbalista ay sinasabi rin na ang mga apat na kategorya nang pag-unawa--Materya, Anyo ng Materya, Kaibuturan ng Anyo, at Kaibuturan--magagawa lamang nating matanto ang unang dalawa nang may katiyakan. Kaya ang bawat bagay na Ang Zohar ay isinusulat ay tungkol sa mga pagnanasa (Materya) at paano natin ginagamit ang mga ito: para sa ting mga sarili o para sa Maylikha (Anyo ng Materya).

Ang Kabbalistang si Yehuda Ashlag ay isinulat na "Kung ang mambabasa ay hindi nalalaman paano maging matapat sa mga hangganan, at dinala ang mga usapin nang taliwas sa kahulugan, siya ay kaagad na maguguluhan." Ito'y maaaring mangyari kung hindi natin lilimatahin ang ating pag-aaral sa Materya at Anyo ng Materya.

Walang ganoong bagay na isang "pagbabawal" sa espiritwalidad. Kapag naghayag ang mga Kabbalista ng ilang bagay na "ipinagbabawal," ito'y nangangahulugan na ito'y hindi makakamit, hindi magagagap. Kapag sinabi nila tayo'y pinababawalan na pag-aralan ang Kaibuturan ng Anyo at Kaibuturan; hindi ibig sabihin na tatamaan tayo ng kidlat kung gagawin natin ito; ito'y nangangahulugan na hindi tayo makakaasa na makamit ang malinaw na pag-unawa sa mga ito, kahit na gustuhin natin ito.

Si Ashlag ay ginagamit ang elektrisidad para ipaliwanag kung bakit ang Kaibuturan ay hindi magagagap. Kanyang sinabi na magagamit natin ang elektrisidad sa maraming iba't-ibang paraan, tulad ng init, lamig, pagtugtog ng musika, at panonood ng video. Ang elektrisidad ay maaaring bihisan ng maraming Anyo; pero maaari ba nating maipakita ang Kaibuturan ng elektrisidad mismo?

Gumamit tayo ng iba pang halimbawa upang ipaliwanag ang apat na kategorya -- Materya, anyo ng Materya, Kaibuturan ng Anyo at Kaibuturan. Kapag ating sinabi na ang isang tao ay malakas, tayo sa katunayan ay tumutukoy sa Materya --katawan ng taong iyon--at ang Anyo na bumibihis sa Materya--lakas.

Kung ating tatanggalin ang Anyong lakas sa Materya (sa katawan ng tao), at susuriin ang Anyo ng lakas na magkahiwalay, nakatanggal sa Materya, atin nang sinusuri ang Abstraktong Anyo ng lakas.

Ang ika-apat na kategorya, ang Kaibuturan ng tao sa sarili nito mismo, ay ganap na hindi magagagap. Simpleng wala talaga tayong pandama na magagawang "pag-aralan" ang Kaibuturan at ilarawan ito sa malinaw na paraan. Kaya ang Kaibuturan ay hindi lamang isang bagay na wala tayong nalalaman sa ngayon; at hindi na natin malalaman kailanman.

Kabanata 5: Ang Lahat sa Isa at Isa sa Lahat

> **Ang Nakakalitong Bitag**
>
> Bakit dapat tayong magtuon lamang sa dalawang unang kategorya? Ang problema ay kapag tinatalakay ang espiritwalidad, hindi natin nalalaman kung kailan tayo nalilito. Kaya maaaring tumungo tayo sa maling direksyon at patuloy na mapalayo sa katotohanan. Sa materyal na mundo, kung alam ko ano ang gusto ko, makikita ko kung nakukuha ko ito o hindi, o kaya kung ako'y nasa tamang landas patungo sa pagkakamit nitoAng mahirap, hindi ganito sa usapin ng espiritwalidad. Sa ganitong larangan, kapag ako'y mali, hindi lamang ako mapagkakaitan ng aking naisin, ngunit maging ang aking kasalukuyang antas sa espiritwalidad ay maaaring maglaho. Ang Liwanag ay lalabo at hindi ko magagawang iwasto ang aking direksyon nang walang tulong mula sa isang gabay. Kaya napaka-importante na maintindihan ang tatlong hangganan <u>at sundin ang mga ito</u>.

ANG DI-UMIIRAL NA REYALIDAD

Ngayong nauunawaan na natin kung ano ang maaari nating pag-aralan at hindi, tingnan natin kung ano ang talagang pinag-aaralan at nararamdaman gamit ang ating mga pandama. Si Baal HaSulam, na nagsaliksik sa kabuuan ng reyalidad at isinulat ang kanyang mga natuklasan, ay nagsabi na hindi natin alam at hindi natin makakayang alamin kung ano ang nasa ating labas. Halimbawa, wala tayong ideya kung ano ang nasa labas ng ating tainga, ano ang nangyayari bakit ang ating eardrums ay nakakarinig. ang alam lamang natin ay ang ating tainga ay tumutugon sa pumupukaw dito mula sa labas.

Maging ang mga pangalan na ikinakabit natin sa mga bagay ay walang kinalaman sa mga bagay na ito mismo, ngunit tanging sa ating mga reaksyon sa mga ito. Sa anumang sandali, maraming bilang ng mga pangyayari ang nagaganap sa ating kapaligiran, ngunit wala tayong kamalayan sa mga ito. Hindi ito napapansin nang ating mga pandama dahil nakakaugnay lamang tayo doon sa mga bagay na ang ating pandama ay nararamdaman. Ito ang kung bakit hindi natin magawang maramdaman ang Kaibuturan ng anumang bagay na labas sa atin: atin lamang pinag-aaralan ang ating mga reaksyon sa mga pangyayari at mga bagay, hindi ang mga pangyayari at mga bagay sa sarili nito mismo.

Ang panuntunang ito ng pananaw ay mailalapat hindi lamang sa espiritwal na mundo; ito ang batas ng buong Kalikasan. Ang pakikipag-ugnay sa reyalidad sa ganitong paraan ay kaagad nating mauunawaan na ang ating nakikita ay hindi ang talagang umiiral. Ang pang-unawang ito ay napakahalaga kung nais nating magkamit ng pag-unlad sa espiritwalidad.

Upang makaugnay ng tama sa reyalidad, hindi natin dapat isipin na ang ating nakikita ay ang "tunay" na larawan. Sa madaling salita, ang katotohanan na ang ating nakikita na isang pulang mansanas bilang pula ay hindi nangangahulugan na ito ay talagang pula, kundi, na aking nadarama ito bilang pula.

Kabanata 5: Lahat sa Isa at Isa sa Lahat

Sa katunayan, kung tatanungin ninyo ang mga physicists, sasabihin nila na ang tanging totoong pangungusap na magagawa ninyo tungkol sa isang pulang mansanas ay, na ito ay hindi pula. Kung inyong natatandaan kung paano gumagalaw ang Masach (Screen), inyong malalaman na ito'y tumatanggap kung ano ang makakaya nitong tanggapin upang makapagkaloob sa Maylikha, at tinatanggihan ang natitira pa.

Katulad din dito, ang kulay ng isang bagay ay itinatakda ng mga alon ng liwanag na hindi makayang tanggapin ng nasisinagang bagay. Hindi natin nakikita ang kulay ng bagay mismo, tanging ang liwanag na tinanggihan nang bagay na iyon. Ang tunay na kulay ng bagay ay ang liwanag na tinanggap nito; ngunit dahil nahigop nito ang liwanag, hindi mararating ito nang ating mata, kaya hindi natin ito makikita. Ito ang dahilan kung bakit ang tunay na kulay ng pulang mansanas ay maaaring iba pa ngunit hindi pula.

Narito kung paano inilatag ni Baal HaSulam sa "Pambungad sa Ang Aklat ng Zohar ang ating kakulangan nang pag-unawa sa Kaibuturan: "Ito'y nalalaman na ang anumang hindi natin nararamdaman, hindi rin natin kayang isipin; at anumang hindi natin kayang madama, hindi rin natin kayang ilarawan sa ating diwa… Kasunod nito na ang ating pag-iisip ay walang pagdama sa Kaibuturan kahit anupaman."

Sa madaling salita, dahil hindi natin kayang madama ang Kaibuturan, anumang Kaibuturan, hindi rin natin kayang matanto ito. Ngunit ang konseptong nakalito nang higit sa mga mag-aaral ng Kabbalah, noong unang kanilang pinag-aralan ang Pambungad ni Baal HaSulam ay, kung gaano kaliit ang ating talagang nalalaman ang tungkol sa ating mga sarili. Narito ang kanyang sinulat tungkol dito. "Higit pa rito, hindi natin alam ang ating sariling Kaibuturan. Nararamdaman ko at nalalaman na Ako'y umuokupa ng isang tiyak na lugar sa mundo, na ako'y isang buo, may-init at ako'y nag-iisip, at iba pang pagpapakita ng paggalaw ng aking Kaibuturan. Datapwat kung tatanungin ninyo ako kung ano ang aking Kaibuturan...Hindi ko alam kung ano ang isasagot ko sa inyo."

ANG MEKANISMO NG PANUKAT

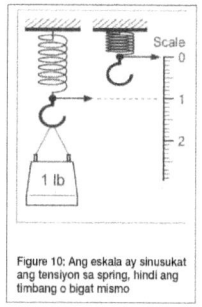

Figure 10: Ang eskala ay sinusukat ang tensiyon sa spring, hindi ang timbang o bigat mismo

Tingnan natin ang ating problema mula sa pananaw na mas mekanikal na angulo. Ang ating mga pandama ay instrumento na sumusukat sa bawat bagay na kanilang nadadama. Kapag tayo'y nakarinig ng tunog, ating pinakikinggan ito kung malakas o mahina, kapag nakakita tayo ng isang bagay, karaniwang nasasabi natin kung anong kulay ito; at kapag ating hinipo ang isang bagay, alam kaagad natin kung ito'y mainit o malamig, basa o tuyo. Lahat ng mga kasangkapang panukat ay magkakatulad sa paggamit dito. Isipin ang timbangan na mayroong isang kilong bigat na naroon. Ang tradisiyonal na timbangan ay may spring na umuunat niyon sa bigat, at isang ruler na sumusukat sa higpit ng spring. Sa sandaling ang spring ay tumigil sa pag-unat at huminto sa isang punto, ang numerp sa ruler ay nagsasabi ng timbang. Ang totoo, hindi natin sinusukat ang timbang, kundi ang balanse sa pagitan ng spring at nang timbang. (Figure 10).

Ito ang dahilan bakit sinabi ni Baal HaSulam na hindi natin makakayang magagap ang Kaibuturan ng Anyo, nang bagay sa sarili nito mismo, dahil wala tayong lubos na kaugnayan dito. Kung maglalagay tayo ng isang bagay sa spring at sukatin gaano nito naunat ang spring, makakakita tayo ng resulta. Ngunit kung hindi natin masusukat ano ang nangyayari sa labas kung wala tayong pagdama sa panlabas ng bagay, ito'y parang walang talagang bagay naman. Dagdag pa rito, kung may depekto ang spring na panukat, mali ang makukuha nating resulta. Ito ang nangyayari kapag tayo'y tumatanda at ang ating pandama ay nag-umpisang humina.

Sa espiritwal na usapan, ang panlabas na mundo, ay kumakatawan sa Kaibuturan ng Anyo sa atin, tulad nang timbang. Gamit ang spring at ang mukha ng numero - ang kaloobang tumanggap at ang intensiyon na magkaloob--sinusukat natin gaano ang dami ng Kaibuturan ng Anyo ang maaari nating tanggapin. Kung makakagawa tayo ng gauge na magagawang "masukat" ang Maylikha, atin Siyang madarama tulad ng nadarama natin ang mundong ito.

Sa katunayan, mayroong ganitong gauge--ito'y nalalaman bilang "ang sixth sense."

ANG SIXTH SENSE

Umpisahan natin ang seksiyong ito ng isang maiksing pantasya: Ikaw ay nasa isang madilim na lugar, walang laman. Wala kang nakikitang anumang bagay; wala kang naririnig na anumang ingay, walang maamoy at walang malasahan, at walang bagay na kaya mong mahawakan sa iyong paligid. Taps likhain sa isip na nariyan sa ganyang lugar sa matagal nang panahon na iyo nang nalimutan na nagkaroon ka ng ganoong mga pandama na nagagawang madama ang mga ganoong bagay. Sa dakong huli, makakalimutan mo na rin na mayroong ganoong pandama na maaaring umiral.

Sa isang iglap, isang mahinang amoy ang lumitaw. Unti-unting lumakas, bumalot sa iyo, ngunit hindi mo matukoy ang pinag-mumulan. Pagkatapos, mga karagdagang bango ay lumitaw, may malakas, may mahina, mayroong mabango at iba'y maasim. Gamit ang mga ito, makakaya mo nang matagpuan ang iyong lugar sa mundo. Ang iba't-ibang amoy ay nagmumula sa iba't-ibang lugar, magagawa mo nang mag-umpisang hanapin ang iyong daan sa pamamagitan ng pagtunton sa mga ito.

Di nagtagal, walang kaabog-abog, sumulpot ang mga ingay sa iyong paligid. Iba't-ibang tunog; ang ilan ay parang musika, ang ilan ay parang mga salita, at ang iba ay simpleng ingay. Datapwat nagbigay ng karagdagang oryentasyon ang mga ingay sa lugar na iyon.

At ngayon, iyo nang masusukat ang mga distansiya, direksyon; iyo nang mahuhulaan ang pinanggagalingan nang mga amoy at mga ingay na iyong natatanggap. Hindi na lamang ito ngayon isang espasyo na kinapapalooban mo; ito'y isa nang buong mundo ng tunog at mga amoy.

Makalipas ang ilang sandali, isang bagong paghahayag ay nangyari nang ilang bagay ang dumantay sa iyo. Kaagad, iyong natuklasan ang marami pang mga bagay na iyong maaaring hawakan. Ang ilan ay malamig, ilan ay mainit, ang ilan ay tuyo at ang iba ay mamasa-masa. Ang iba ay matigas at iba ay malambot; May ilan na hindi mo mawari kung ano ang mga ito. Nalaman mo rin na maaari mong ilagay ang ilang bagay sa iyong bibig at mayroon silang kanya-kanyang mga lasa.

Sa ngayon, ikaw ay napapaligiran na nang isang masaganang daigdig nang mga tunog, amoy, pakiramdam, at panlasa. Iyong maaaring hawakan ang mga bagay sa iyong mundo at pag-aralan ang iyong kapaligiran.

Ito ang mundo ng isang bulag-mula-sa-pagsilang. Kung kayo'y nasa kanilang kinatatayuan, mararamdaman ba ninyong kailangan ninyo ang

Kabanata 5: Lahat sa Isa at Isa sa Lahat

pandama ng paningin? Malalaman mo ba man lang na wala ka naman nito? Hindi, maliban kung may isang nagsabi sa inyo tungkol dito, o nagkaroon ka na nito sa nakaraan.

Kapareho nito ang sixth sense. Kung walang mga aklat ng Kabbalah, hindi natin malalaman na dati na tayong mayroon nito. Bagama't hindi natin naaalala ang pagkakaroo nang pandamang ito, mayroon tayong lahat nito bago ang pagkabasag ni *Adam HaRishon*, kung saan tayong lahat ay dating mga bahagi.

Ang sixth sense ay kumikilos na halos katulad ng limang normal na pandama. Ang tanging pagkakaiba ay ang sixth sense ay hindi ipinagkakaloob ng kalikasan; kailangan nating i-develop ito at patingkarin ito. Sa katunayan, ang katawagang "sixth sense" ay bahagyang nagliligaw dahil hindi tayo aktwal na lumilikha ng ibang pandama; tayo ay nagluluwal nang isang intensiyon, isang bagong pagharap sa ating pag-unawa ng reyalidad.

Habang pinapaunlad itong intensiyon, ating pinag-aaralan ang Anyo ng Maylikha, ang Anyo ng Pagkakaloob, na kabaligtaran ng ating natural na egotistikong pagkatao. Ito ang dahilan kung bakit ang sixth sense ay hindi ipinagkaloob sa atin ng Kalikasan; dahil ito'y kabaligtaran natin.

Ang pagbubuo ng intensyon sa ibabaw ng bawat isang hangarin na ating nararamdaman ay ang gumagawa sa atin na maging may kamalayan kung sino tayo, kung sino ang Maylikha, at kung nais natin o hindi na maging katulad Niya. Tanging kung mayroon tayong dalawang pagpipilian sa ating harap, tayo'y makakagawa ng tunay na pagpipilian. Kaya ang Maylikha ay hindi tayo pinupuwersa na maging mapagkaloob na katulad Niya, ngunit ipinapakita sa atin kung sino tayo, sino Siya, at hinahayaan tayo na gumawa nang ating sariling malayang pagpili. Sa sandaling gumawa tayo nang ating pagpili, tayo'y nagiging mga tao na ayon sa ating intensiyon: maging katulad ng Maylikha o hindi.

Bakit tinatawag natin ngayon ang intensiyon upang magkaloob na "sixth sense?" Ang kasagutan ay simple: sa pagkakaroon ng katulad na intensiyon sa Maylikha, tayo'y nagiging parang-Maylikha. Ibig sabihin na hindi lamang na mayroon tayong parehong intensiyon, subalit dahil mayroon tayong kahawig na anyo sa Kanya, ating nakikita at nauunawaan ang mga bagay na hindi natin mauunawaan kundi dahil sa intensiyon. Aktwal na nagsisimula tayong makakita sa pamamagitan ng Kanyang mga mata!

LIKHAIN ANG IYONG PERPEKTONG REYALIDAD

Sa Ikatlong Kabanata, ating ipinaliwanag ang paglikha ng Kli gamit ang Liwanag ng Maylikha. Sa katunayan, sa dalawa, ang Kli ang mas mahalaga sa atin kaysa sa Liwanag, bagama't ang pagkakamit nito ang ating aktwal na layunin.

Ating liwanagin ito sa isang halimbawa. Sa pelikulang, *What the bleep do we know!*? si Dr. Candace Pert ay ipinaliwanag na kung ang isang Anyo ay hindi umiiral sa akin sa umpisa, hindi ko makikita ito sa labas. Bilang halimbawa, ginamit niya ang kuwento tungkol sa paanong ang mga katutubong Indian (nang Amerika) unang natuklasan ang barko ni Columbus. Sinabi niya na ito'y paniniwala ng karamihan na nang dumating ang mga barko, hindi ito nakikita ng mga Indian kahit nakatingin sila ng diretso sa mga ito.

Ipinaliwanag ni Dr. Pert na ang mga Indian ay hindi nakikita ang mga barko dahil wala silang modelo ng mga ganoong barko sa kanilang pag-iisip bago nila nakaharap ang mga ito. Tanging ang salamangkero, na nagtaka sa kakatwang alon na parang nagmumula kung saan, ang nakatuklas sa mga barko matapos mag-*imagine* kung ano ang sanhi ng mga alon. Ang kanyang imahinasyon ay lumikha ng iba't-ibang hugis sa kanyang pag-iisip, at nang ang hugis sa kanyang isip ay tumugma sa hugis ng mga barko, kanyang nakita na ang mga ito. Sa puntong iyon, sinabi niya sa kanyang mga katribo kung ano ang kanyang nakita, kaya nakita na rin nila ang mga barko.

Sa usapang Kabbalah, kinakailangan ang panloob na *Kli* upang matukoy ang isang nasa labas na bagay. Sa katunayan, ang *Kelim* (plural ng *Kli*) ay hindi lamang napapakiramdaman ang panlabas na reyalidad, nililikha nila ito. Kaya ang mga barko ni Columbus ay umiral lamang sa isipan, sa panloob na Kelim ng mga Indian na nakita ito at inulat ito.

Kabanata 5: Lahat sa Isa at Isa sa Lahat

Walang ganoong bagay na "labas-ng-mundo." Mayroong mga naisin, *Kelim*, na lumilikha ng labas ng mundo ayon sa kanilang sariling hugis. Sa ating labas mayroon lamang Kaibuturan ng Anyo, ang di-nahahawakan, di-nababanaagan na Maylikha. Ating hinuhubog ang ating mundo gamit ang ating sariling kasangkapan nang pag-unawa, ating sariling *Kelim*.

> Kung ang isang puno ay bumagsak sa isang gubat, at walang tao sa paligid na nakarinig nito, lumikha rin ba nang ingay ito? Ang kilalang talinghaga ng Zen na ito ay maaari ring ilagay sa Kabbalistikong paraan: Kung walang Kli na nakaramdam sa tunog ng puno paano natin malalaman na ito'y lumikha ng ingay rin? Katulad pa rin nito, maaari rin nating gamitin ang pagkatuklas ni Columbus sa Amerika sa talinghagang Zen at tanungin, "Bago natuklasan ni Columbus ang Amerika, ito ba'y uimiiral?"

Samakatwid hindi makakatulong sa atin na hingin sa Maylikha na baguhin ang mundo sa ating paligid para umayos. Ang mundo ay hindi mabuti o masama; ito'y salamin nang kalagayan nang ating sariling *Kelim*. Kapag ating naiwasto ang ating *Kelim*, at nagawa ang mga itong maganda, ang mundo ay magiging maganda rin. Ang *Tikkun* (pagwawasto) ay nasa loob, at gayundin ang Maylikha. Siya ang ating naiwastong sarili.

Katulad din, sa isang kuwago, ang gabi sa isang madilim na gubat ay ang oras na pinaka-mainam sa paningin nito. Sa atin, ito'y oras nang naka-panlalamig na kadiliman. Ang ating reyalidad ay tanging *projection* lamang nang ating panloob na Kelim at ang tinatawag nating "ang tunay na mundo" ay tanging salamin lamang nang ating panloob na kawastuhan o kabulukan. Tayo ay talagang nabubuhay sa isang kathang-diwang mundo.

Kung tayo ay aangat sa ibabaw nitong kathang-isip na mundo patungo sa tunay na mundo, sa tunay na pag-unawa, dapat nating itugma ang ating mga sarili sa tunay na *Kelim*. Pagkatapos ng lahat, anupaman ang ating maramdaman ay aayon sa ating panloob na pagkatao, ayon sa paraan kung paano natin ginawa ang mga modelong ito sa ating loob. Walang anumang bagay na tutuklasin sa ating labas, walang bagay na ihahayag maliban sa abstraktong Mataas na Liwanag na nagpapakilos sa atin at naghahayag nang mga bagong larawan sa loob natin, na nakabatay sa ating kahandaan na tanggapin ang mga ito.

Ngayon ang tanging nalalabi ay ang matutunan kung saan maaari nating matagpuan ang naiwastong *Kelim*. Ito ba'y umiiral sa loob natin o kailangan nating buuin ang mga ito? At kung kailangan nating itayo ang mga ito, paano natin isasagawa ito? Ito ang tatalakayin nang sumusunod na seksiyon.

ANG KAISIPAN NG PAGLIKHA

Ang mga *Kelim* ay mga parte sa pagbubuo ng kaluluwa. Ang mga pagnanais ay ang mga materyales sa pagbubuo, ang mga bato at mga kahoy; ang ating mga intensiyon ay ang ating mga kasangkapan, ang ating screwdrivers, drills at martilyo.

Ngunit tulad nang pagtatayo ng isang bahay, kailangan nating basahin ang plano bago tayo magsimula ng trabaho. Sa kasamaang-palad, ang Maylikha, ang Arkitekto ng plano ay nag-aatubiling ibigay sa atin ito.. Sa halip, gusto niyang pag-aralan at isagawa natin ang Master Plan ng ating kaluluwa sa sarili natin. Tanging sa ganitong paraan lamang natin maaaring totoong maintindihan ang Kanyang Kaisipan at maging katulad niya.

Upang matutunan kung sino Siya, dapat tayong maging mapagmatyag kung ano ang Kanyang ginagawa hanggang makarating tayo sa pagkaunawa sa Kanya sa pamamagitan ng Kanyang paggalaw. Ang mga Kabbalista ay sinabi ito nang napakalinaw: "Sa iyong mga pagkilos, makikilala Ka namin."

Ang ating mga naisin, ang materyales ng ating mga kaluluwa, ay naririyan na. Ipinagkaloob Niya sa atin, at kailangan lamang na matutunan natin paano ang mga ito gagamitin ng tama at lagyan nang tamang intensiyon ang mga ito. Pagkatapos, ang ating mga kaluluwa ay maitutuwid.

Ngunit tulad nang ating nabanggit sa una, ang tamang mga intensiyon ay mga altruistikong intensiyon. Sa madaling salita, kailangan nating naisin na ang ating mga hangarin ay magamit para sa kapakinabangan ng iba, hindi ng ating mga sarili. Sa paggawa natin nang ganito, aktwal na binibiyayaan natin ang ating mga sarili dahil tayong lahat ay bahagi ng kaluluwa ni Adam HaRishon. Sa ayaw natin at sa gusto, ang pamiminsala sa iba ay bumubwelta pabalik sa nambato, at mas malakas pa.

Kabanata 5: Lahat sa Isa at Isa sa Lahat

Magbalik aral tayo sandali. Ang isang naiwastong Kli ay isang hangarin na may altruistikong intensiyon. At sa kabila, ang isang bulok na Kli ay isang hangarin na ginamit na may egotistikong intensiyon. Sa paggamit nang isang Kli sa altruistikong paraan, gumamit tayo nang isang hangarin sa parehong paraan na ginawa ng Maylikha, kaya pumantay sa Kanya, kahit paano patungkol doon sa partikular na hangaring iyon. Ito ang paano natin pinagaaralan ang Kanyang Kaisipan.

Ang problema lamang natin ay ang pagbabago nang ating intensiyon na ginagamit natin sa ating mga hangarin. Ngunit para mangyari ito, dapat tayong tumingin nang kahit na isang ibang paraan nang paggamit sa mga ito. Kailangan natin ng halimbawa kung anong pagtingin o pakiramdam na katulad nang ibang intensiyon upang tayo'y makapag-pasiya kung gusto natin ang mga ito o hindi. Kapag wala tayong nakikita na ibang paraan sa paggamit nang ating mga hangarin, tayo'y nakatali sa kung ano na lang ang mayroon tayo. Sa ganoong katayuan, paano tayo makakahanap nang iba pang intensiyon? Ito ba ay trap o mayroon tayong bagay na hindi nakikita? Ang kasunod na seksiyon ang sasagot nito.

PABALIK SA HINAHARAP

Ang mga Kabbalista ay ipinaliwanag na ang pag-iisip na mayroon tayong mga bagay na nawawaglit sa katunayan ay isa ngang trap ngunit hindi ito katapusan. Kung tutuntunin natin ang landas nang ating *Reshimot*, ang isang halimbawa ng iba pang intensiyon ay lilitaw ng kusa sa sarili nito. Kaya ating suriin muli ang konsepto ng *Reshimot*, at tingnan paano ang mga ito'y makakatulong sa atin makalabas mula sa trap.

Ang *Reshimot*, katulad nang ating nabanggit sa Kabanata 4, ay mga talaan, mga alaala nang mga nakalipas na mga kalagayan. Bawat *Reshimot* na ang kaluluwa ay nararanasan sa espiritwal na landas nito ay naiipon sa isang espesyal na "data bank."Sa sandaling nais nating umakyat pataas sa espiritwal na bahagdan, ang mga *Reshimot* na ito ay ang bumubuo nang ating bakas. Ang mga ito'y muling sumusulpot nang paisa-isa, at isinasabuhay natin ang mga ito. Ang bilis nang ating pagbalik-ng-karanasan ng bawat *Reshimot*, ay siya ring bilis nang ating pagsaid dito at pagsulong sa susunod na paggunita.

Ang kasunod na *Reshimot* ay ang katayuan na lumikha nang ating kasalukuyang estado habang sila'y dumadausdos pababa mula sa apat na batayang yugto, sa mga mundo ng *ABYA* tungo sa ating mundo. Dahil ngayon tayo'y umaakyat papataas sa bahagdan, ang kasunod na *Reshimo* ay ang ninuno nang kasalukuyang estado kaya mas mataas kaysa sa kasalukuyang estado.

Dapat nating palaging tatandaan na ang ating espiritwal na ugat ay nasa ibabaw at hindi nasa ilalim. Ang pagbabalik sa ugat ay nanga-ngahulugang paakyat at hindi paghuhukay pababa. Ito ang dahilan kung bakit ang pag-akyat ay pagbabalik sa ugat, at kung bakit ang *Reshimot* na lumilitaw habang umaakyat ay palaging mas mataas

Kabanata 5: Lahat sa Isa at Isa sa Lahat

na estadong espiritwal. Ang dahilan kung bakit hindi natin nararamdaman ang mga ito na mas mataas ay nagpapatunay sa ating sariling kasamaan, at hindi ang aktwal na antas ng *Reshimot* na ating pinagdaraanan.

DALAWANG PAG-UNAWA, DALAWANG LANDAS

Hindi natin magagawang baguhin ang kaayusan ng *Reshimot*. Iyon ay naitakda na sa ating pagbaba. Ngunit makakaya natin at dapat nating itakda ang ating magagawa sa bawat isa sa mga ito. Kung tayo'y pasibo at simpleng maghihintay lamang para magbago ang *Reshimot*, mahabang panahon bago natin lubusang maranasan ang mga ito, at bago mangyari iyon, ang mga ito'y magdudulot sa atin nang matinding kapaitan. Ito ang kung bakit ang pasibong pagtingin ay tinatawag na "ang landas ng kapaitan."

Sa kabilang banda, magagawa nating kumuha nang aktibong pagtingin sa pamamagitan nang pakikipag-ugnay sa bawat isang *Reshimo* tulad ng "parang isang karaniwang araw sa eskwela," sa paghahanap nang pag-unawa kung ano ang sinusubukang ituro sa atin ng Maylikha. Kung ating simpleng tatandaan lamang na itong mundo ay ating lugar nang pagsasanay, ating mapapabilis ang pagdaan ng *Reshimot*. Ang aktibong paraan na ito ay tinatawag na "ang landas ng Liwanag," dahil ang ating mga pagsisikap ay inuugnay tayo sa Maylikha, sa Liwanag, sa halip na sa ating kasalukuyang kalagayan, tulad nang usapin sa pasibong pag-unawa.

Sa katunayan, ang ating mga pagsisikap ay hindi kinakailangang maging matagumpay; ang pagsisikap ang mahalaga. Sa pamamagitan ng pagpapalakas ng ating naisin na maging katulad ng Maylikha (altruistiko), idinidikit natin ang ating mga sarili sa mas mataas, mas espiritwal na estado.

ANG PAGNANAIS AY NAGTUTULAK SA PAG-UNLAD

Ang proseso ng pag-unlad sa espiritwal ay halos katulad ng paano ang mga bata ay natututo; ito ay simpleng isang proseso ng panggagaya. Sa panggagaya sa mga may edad na, bagama't hindi nila naiintindihan kung ano ang kanilang ginagawa, lumilkha sila sa kanilang mga sarili, nang pagnanais na matuto.

Tandaan: Hindi ang mga nalaman nang mga bata ang nagbubunsod ng kanilang pag-unlad; kung hindi ang simpleng katotohanan na *gusto nilang maka-alam*. Ang pagnanais na maka-alam ay sapat upang mapukaw sa kanila ang kasunod na *Reshimo*, ito yaong kanila nang nalalaman.

Sapagkat ang *Reshimot* ay magkakaugnay nang kawing-kawing, na kapag ang kasalukuyang *Reshimo* ay nasaid ang sarili nito mismo at lumisan, "hinihila nito papasok" ang kasunod na *Reshimo* na nasa linya. Kaya hindi tayo talaga nag-aaral nang anumang bagay na bago sa mundong ito o sa espiritwal na mundo; tayo ay simpleng umaakyat lamang "pabalik sa hinaharap."

Kung nais nating maging higit na mapagbigay, tulad ng Maylikha, dapat tayong tuwina'y sinusuri ang ating mga sarili at tinitingnan kung tumutugma tayo sa larawan nang itinuturing nating espiritwal (altruistiko). Sa ganitong paraan, ang ating pagnanais na maging mas altruistiko ay makakatulong sa atin na palaguin ang isang mas eksaktong detalyadong pagtingin sa ating mga sarili kung ihahambing sa Maylikha. Kung hindi natin gustong maging egoistiko, ang ating mga hangarin ay pupukaw sa *Reshimot* na magpapakita sa atin kung ano ang kahulugan nang pagiging mas altruistiko. Bawat pagkakataon na ating ipasiya na ayaw nating gamitin ito o yaong pagnanais sa paraang egoistiko, ang *Reshimot* nang estadong iyon ay itinuturing na nakumpleto na ang gawain nito, at lilisan na upang lumikha nang lugar para sa kasunod. Ito ang tanging pagwawasto na ating kinakailangang gawin.

Sa kanyang aklat na *Shamati* (Narinig Ko), si Baal HaSulam ay ipinahayag ang prinsipyong ito sa ganitong mga salita: "...kung saan ang pagkamuhi sa kasamaan (egoismo) sa mataimtim na katotohanan, ito ay naiwawasto." At pagkatapos kanyang ipinaliwanag: "...kung ang dalawang tao ay dumating sa pagtanto na ang isa ay kinamumuhian kung ano ang kinamumuhian nang kaibigan, at minamahal kung ano at sino ang minamahal ng kaibigan, sila'y dumarating sa walang-hanggang pagkakaisa, bilang isang tulos na hindi kailanman matutumba. Kaya dahil ang Maylikha ay nalulugod na magkaloob, ang mga nasa ibaba ay dapat ding umangkop na nais din lamang na magkaloob. Ang Maylikha ay namumuhi rin na maging tagatanggap, dahil Siya ay ganap na buo at hindi nangangailangan nang anuman. Kaya ang tao ay dapat mamuhi rin sa usapin nang pagtanggap

Kabanata 5: Lahat Para sa Isa at Isa Para sa Lahat

para sa sarili. Ito'y nanagngahulugan mula sa lahat nang nasa unahan, na ang isa ay dapat kamuhian ang pagnanasang tumanggap nang buong kapaitan, sapagkat lahat ng kapahamakan sa mundo ay nagmumula lamang sa pagnanasang tumanggap. Sa pamamagitan ng pagkamuhi, ang isa ay maitutuwid ito."

Kaya sa simpleng pagnanais nito, napupukaw natin ang *Reshimot* ng mga mas altruistikong pagnanais na umiiral na sa atin mula sa panahon nang tayo'y magkaka-ugnay pa sa kaluluwa ni *Adam HaRishon*. Ang mga *Reshimot* na iyon ay nagwawasto sa atin at ginagawa tayong mas katulad ng Maylikha. Samakatwid ang pagnanais (Kli) ay parehong makina ng pagbabago at pamamaraan para sa pagwawasto. Hindi natin kailangan pigilan ang mga pagnanais. Simpleng kailangan lamang nating matutunan paano natin magagamit ito ng kapaki-pakinabang para sa ating mga sarili at para sa iba.

Pang-Apat na Bahagi

Krisis at Pagwawasto

KABBALAH PARA SA MGA NAGSISIMULA – IKA-APAT NA BAHAGI

Bago natin pag-usapan ang tungkol sa paanong ang mga Kabbalistikong konsepto ay makakatulong sa ating pang-araw-araw na buhay, tingnan natin kung ano na ang ating natutunan hanggang dito. Ito'y maaaring ikagulat ninyo, ngunit marami-rami na rin ang nalaman ninyo tungkol sa Kabbalah.

Alam na ninyo na ang Kabbalah ay nag-umpisa mayroong 5,000 libong taon na ang nakalipas sa Mesopotamia (Iraq ngayon), noong ang mga tao ay nagsimulang maghanap ng layunin nang kanilang buhay. Ang mga taong iyon, sa pangunguna ni Abraham, ang Patriarch, ay natuklasan ang dahilan na tayong lahat ay isinilang upang tanggapin ang pinaka-ultimong kasiyahan na maging katulad ng Maylikha. Nang natuklasan nila ito, sila'y nagtayo ng mga grupo ng mag-aaral at nagsimulang ibahagi ang salita.

Yaong mga unang Kabbalistang iyon ay sinabi sa atin na tayong lahat ay gawa ng isang pagnanais na tumanggap ng kasiyahan, na kanilang pinaghiwalay sa limang baytang--nakapirmi, halaman, hayop, nagsasalita, at espiritwal. Ang pagnanais na tumanggap ay napaka-halaga dahil ito ang makina sa likod ng bawat bagay na ating ginagawa sa mundong ito. Sa madaling salita, tayo'y palaging nagtatangkang tumanggap ng kasiyahan, at habang mayroon tayo, ay nagnanais magkaroon ng higit pa nito. Bilang resulta, tayo'y palaging umiinog at nagbabago.

Kinalaunan, ating natutunan na ang Paglikha ay nabuo sa isang apat na yugtong proseso, kung saan ang Ugat (0), na kasingkahulugan ng Liwanag at nang Maylikha, ay ginawa ang pagnanasang tumanggap (1); na

Kabanata 5: Lahat sa Isa at Isa sa Lahat

ang pagnanasang tumanggap pagkatapos ay nagnais magkaloob (2), at pagkatapos ay nagpasiyang tumanggap bilang isang paraan upang magkapag-bigay (3), at sa wakas ay nagnais na tumanggap muli (4). Ngunit sa pagkakataong ito, nais nitong tumanggap ng kaalaman kung paano maging Maylikha, ang maging Mapagkaloob.

Pagkatapos ng apat na yugto at ang kanilang Ugat, ang pagnanasang tumanggap ay nahati sa limang mundo-- *Adam Kadmon*, *Atzilut*, *Beria*, *Yetzira*, at *Assiya*--at isang kaluluwa na tinawag na *Adam HaRishon*. Si *Adam HaRishon* ay nabasag at lumitaw sa ating mundo. Sa madaling salita, tayong lahat ay sa katunayan ay isang kaluluwa, na ang mga bahagi ay magkakaugnay at nakasandig sa bawat isa tulad ng mga cells sa isang katawan.

Ngunit nang ang pagnanasang tumanggap ay lumago, tayo'y naging mas makasarili at tumigil na maramdaman na tayo'y iisa. Sa halip ngayon tanging mga sarili na lamang natin ang ating nararamdaman, at kahit makipag-ugnay tayo sa iba, ito'y ginagawa upang tumanggap ng kasiyahan sa pamamagitan nang mga ito.

Ang egoistikong katayuan na ito ay tinawag na "ang basag na kaluluwa ni *Adam HaRishon*," at ito ang ating tungkulin, bilang bahagi ng kaluluwang iyon, na iwasto ito. Sa katunayan, hindi natin kailangang iwasto ito, ngunit dapat tayong maging may kamalayan na tayo'y nabasag at nais na maging wasto. Kapag ating napagtanto iyon, magsisimula tayong humanap nang paraan upang makalabas sa bitag nitong batas, ang batas ng egoismo.

Ang paghahanap ng kalayaan mula sa ego ay nagdadala sa pagsulpot ng "punto ng puso," ang pagnanais para sa espiritwalidad. Ang "punto sa puso," ay tulad ng anumang pagnanasa; ito'y lumalakas o humihina sa pamamagitan ng impluwensiya ng kapaligiran. Kung nais nating maragdagan ang ating pagnanais para sa espiritwalidad, kailangan nating magbuo ng kapaligiran na nagsusulong nito. Sa seksiyon na ito, paguusapan natin kung ano ang kinakailangang gawin upang magkaroon ng kapaligiran na sumusuporta sa espiritwalidad sa personal, sosyal at pandaigdigang antas.

6
Isang Bagong Paraan para sa Isang Bagong Pagnanasa

ANG DILIM BAGO MAGBUKANG-LIWAYWAY

Ang pinaka-madilim na sandali ng gabi ay bago magbukang-liwayway. Gayundin, ang mga manunulat ng *Ang Aklat ng Zohar* ay sinabi na mahigit 2,000 taon nang nakalipas, na ang pinaka-madilim na sandali nang sangkatauhan ay darating bago ang pagkamulat sa espiritwalidad. Sa mga nagdaang siglo, simula kay Ari, na nabuhay noong ika-16 na siglo, ang mga Kabbalista ay sinusulat na, na ang araw na tinutukoy sa *Ang Aklat ng Zohar*, ay ang pagtatapos ng ika-20 siglo. Tinawag nila itong "ang huling henerasyon."

Hindi nila sinasabing tayong lahat ay malilipol sa isang malawakang, apokaliptikong pangyayari. Sa Kabbalah, ang isang henerasyon ay kumakatawan sa isang espiritwal na kalagayan. Ang huling henerasyon ay ang huli at pinaka-mataas na estado na maaaring marating. At ang mga Kabbalista ay sinabing ang panahon na ating pinamumuhayan--sa umpisa nang ika-21 siglo--ay yaong ating makikita ang henerasyon nang pag-akyat sa espiritwal, ang huling estado nang ating ebolusyon o pag-inog.

Kabanata 6: Isang Bagong Paraan Para sa Isang Bagong Pagnanasa

Ngunit ang mga Kabbalista ay nagsabi rin na para ang pagbabagong ito ay mangyari, dapat nating baguhin ang paraan nang ating ebolusyon. Sinabi nila na ngayon, ang isang may kamalayan, kusang pag-babago ay kinakailangan, na iniluluwal nang ating malayang sariling desisyon na lumago.

Tulad ng anumang pagsisimula o pagsilang, ang pagsulpot nang huling henerasyon, ang henerasyon nang malayang pagpili, ay hindi madaling proseso. Hanggang kamakailan, tayo'y umiinog sa ating mas mababang mga naisin--mula sa pirmi hanggang sa nagsasalita--hindi lumilitaw sa milyong mga tao, at hinihingi na ating matamo ang mga ito.

Sa sandaling ang mga *Reshimo* ay unang lumitaw sa atin, may kakulangan pa tayo sa akmang paraan na gampanan ang mga ito. Para itong isang bagong buong teknolohiya na kailangan nating matutunang gamitin. Kaya habang pinag-aaralan pa natin, tinatangka natin na maunawaan ang bagong uri ng *Reshimot* gamit ang ating lumang mga sistema ng pag-iisip, dahil yaong mga sistemang iyon ay nakatulong sa atin sa pag intindi sa ating mas mababang antas nang *Reshimot*. Ngunit ang mga sistemang iyon ay hindi sumasapat sa paghawak sa bagong *Reshimo*t, at kaya nabigo na gampanan ang gawain nito at iniwan tayo na hungkag at bigo.

Kapag ang espiritwal na *Reshimot* ay lumitaw sa isang tao, nang wala ang kaparaanan na makamit ang mga ito, ang kabiguan ay aangat, pagkatapos ay kalungkutan, hanggang ang tao ay matutunan paano makikipag-ugnay dito sa mga bagong naisin. Ito'y karaniwang nangyayari sa pag-gamit ng karunungan ng Kabbalah, na sa simula pa'y sinadyang ginawa upang kayanin ang espiritwal na *Reshimot*, tulad ng ating inilarawan sa Unang Kabanata.

Datpwat kung hindi makita nang isang tao ang solusyon, ang isa'y maaaring malulong sa sobrang trabaho, addiction sa lahat ng uri, at iba pang pagtatangka na supilin ang problema na dala nang mga bagong naisin, sa pagpupumilit na makaiwas sa isang di-mapawi-pawing hapdi.

Sa personal na antas, ang ganitong antas ay napakatinding pagdurusa ngunit hindi ito nagbabadya na ito'y mabigat na problemang sapat upang magwasak sa balangkas ng lipunan. Datpwat kapag ang espiritwal na *Reshimot* ay lumitaw sa milyon-milyong tao nang halos saba-sabay, at laluna't kung ito'y nangyari sa maraming mga bansa nang magkakasabay, mayroon kayong pandaigdigang krisis sa inyong mga kamay. At ang pandaigdigang krisis ay nangangailangan nang isang pandaigdigang solusyon.

Sa ngayon, hindi ito lihim na ang sangkatauhan ay nasa isang pandaigdigang krisis. Ang pagkalumbay (depression) ay sumasambulat sa sa Amerika sa napakabilis na paraan, ngunit ang larawan sa iba pang

Kabanata 6:   Isang Bagong Paraan Para sa Isang Bagong Pagnanasa

maunlad na mga bansa ay hindi rin ganon kaaliwalas. Noong 2001 ang World Health Organization (WHO) ay nag-ulat na ang "depresyon ay ang nangungunang sanhi nang kapansanan sa US at sa buong mundo."

Ang isa pang pangunahing problema sa modernong lipunan ay ang nakakabahalang paglaganap nang drugs. Ang mga gamot ay isang pangkaraniwang gamit , ngunit sa nakaraan ito'y ginagamit lamang sa medisina at paggagamot, samantalang ngayon ang mga ito'y ginagamit na sa mas maagang edad, kadalasan upang maibsan ang kahungkagan na maraming kabataan ay nararamdaman ngayon. At dahil ang depresyon ay tumataas , gayundin ang paggamit nang drugs at mga krimeng may kaugnayan sa drugs. Isa pang mukha ng krisis ay ang katayuan nang pamilya. Ang pamilya ay dating simbolo nang kapanatagan, sigla, at proteksyon, ngunit hindi na ngayon. Ayon sa National Center for Health Statistics, para sa bawat dalawang parehang ikinakasal, ang isa rito ay naghihiwalay, at ang bilang ay katulad sa kanlurang bahagi ng mundo.

Dagdag pa rito, ang mga mag-asawa ay hindi na kinakailangang nasa sa krisis ang pagsasama o may mga personal na alitan para magpasiya na maghiwalay. Ngayon maging ang mga mag-asawa na nasa 50 o 60 idad ay naghihiwalay sa sandaling ang kanilang mga anak ay umalis na sa bahay. Dahil ang kanilang mga kinikita ay sapat na, wala silang takot na magumpisang muli ng isang bagong kabanata sa edad na ilang taon pa lamang ang nakakalipas ay hindi maituturing na katanggap-tanggap.

Mayroon pa nga tayong salita ngayon na nag-iiwas sa atin sa pagharap sa masaklap na bahagi nang ating panlipunang krisis: "the empty nest syndrome." (wala nang lamang pugad na sitwasyon). Subalit ang pinakanilalaman nito ay, na ang mga mag-asawa ay naghihiwalay sa sandaling ang kanilang mga anak ay umalis na nang tahanan, wala nang anumang bagay na magpapanatili sa kanila na magsama pa, dahil wala na talagang pagmamahalan sa pagitan nilang dalawa.

Kaya hindi nakakagulat na mabasa ang mga salitang ganito sa The New York Times noong October 15, 2006 na edisyon: "Ang mga kasal na mag-asawa, na ang bilang ay patuloy na nababawasan sa loob nang ilang dekada na bilang bahagi ng sambahayang Amerikano ay bumagsak na at naging napakaliit na lamang, ayon sa pag-aaral ng mga bagong bilang sa census."

Sa dakong huli, hindi kapanatagan pang pinansyal ang naghihiwalay sa atin kundi ang simpleng katotohanan ang tao ay wakang pagmamahal sa isa't-isa, tanging kanilang mga sarili lamang. Ngunit kung ating tatandaan na tayo'y sadyang nilikha na egoista nang isang puwersa na nais magkaloob, mayroon tayong pag-asa. Kahit paano malalaman natin na hindi natin makikita ang solusyon sa mga sarili , kung hindi sa Kanya.

Kabanata 6: Isang Bagong Paraan Para sa Isang Bagong Pagnanasa 152

Ang krisis ay kakaiba hindi lamang sa pagiging malawakan kundi maging sa kinalaman. Ginagawa nito itong mas komprehensibo at mahirap na pamahalaan. Ang krisis ay nagaganap sa halos bawat larangan nang pantaong ugnayan--personal, sosyal, internasyonal, sa siyensa, medisina, at sa likas na kapaligiran. Halimbawa, ilang taon lamang na nakalipas "ang weather" ay isang simpleng kumbinyenteng paksa na pag-usapan kapag walang maidagdag ang isang tao sa usapan. Ngayon, kailangan tayong may nalalaman tungkol sa klima. Maiinit na paksa ngayon ang climate change, ang pagtaas nang level ng tubig ng dagat at ang pagpasok ng panahon ng mga bagyo at hurricane.

"The Big Thaw" (Ang Malaking Pagkatunaw) ang tawag ni Geoffrey Lean ng The Independent sa estado ng planeta sa isang artikulo na inilathala sa interenet noong November 20, 2005. Narito ang titulo ng artikulo ni Lean: "The Big Thaw: Global Disaster Will Follow If the Ice Cap on Greenland Melts." (Pandaigdigang Sakuna ang Kasunod Kung ang Yelo sa Greenland ay Matunaw). At ang karagdagang titulo nito, "Ngayon ang mga siyentipiko ay sinasabi na ito'y natutusaw nang mas mabilis kaysa sa inaasahan."

At ang weather ay hindi lamang ang sakunang naka-amba sa hinaharap. Ang isyu noong June 22, 2006 nang magazine na "Nature" (Kalikasan), ay naglathala ng isang pag-aaral nang University of California at nagsasabing ang San Andreas Fault ay matagal nang inaasahan para sa "the Big One." Ayon kay Yuri Fialko ng Scripps Institution of Oceanography ng University of California, "ang fault ay isang mahalagang panganib at hinog na para sa isa na namang malaking lindol.

At siyempre, kung ating malampasan ang mga bagyo, ang mga lindol, at pag-apaw nang tubig-dagat, mayroon palaging isang Bin Laden sa lugar na magpapa-alala sa atin na ang ating mga buhay ay magagawang mapaigsi nang malaki kaysa sa ating inaasahan.

At sa katapusan, naririyan ang mga isyung pangkalusugan na dapat nating pag-ukulan ng pansin: AIDS, avian flu, mad cow disease, at siyempre ang mga dati na: cancer, sakit sa puso at diabetes ay naghihintay sa atin. Marami pang maaari nating banggitin dito, ngunit sa ngayon marahil nakuha na ninyo ang punto. Samantalang ang ilan sa mga problema sa kalusugan ay hindi na bago, ang mga ito'y binanggit dito dahil ang mga ito'y kumakalat sa buong mundo.

Konklusyon: May isang sinaunang kasabihan ang mga Tsino na nagsabing, "Kapag nais ninyong isumpa ang isang tao, sabihin ninyo, 'Nawa'y mabuhay ka sa nakakawiling panahon.'" Ang ating panahon sa katotohanan ay nakaka-aliw; ngunit huwag nating ituring ito na isang sumpa/ Ito ay tulad nang ipinangako sa Ang Aklat ng Zohar, ang dilim bago ang bukang-liwayway. Ngayon ating pag-usapan ang solusyon.

APAT NA HAKBANG TUNGO SA ISANG BAGONG MUNDO

Apat na hakbang lamang ang kinakailangan upang baguhin ang mundo:

1. Tanggapin ang pag-iral ng krisis;
2. Ilantad ang mga sanhi nito;
3. Pag-isipan ang pinaka-mainam na solusyon;
4. Magbuo ng isang plano upang malutas ang krisis.

Ating pag-aralan ang mga ito nang isa-isa:

1. Tanggapin ang pag-iral ng krisis

Ngayon, mahigit sa 130 na bansa ang lumalahok sa Inter-Governmental Panel on Climate Change (IPCC), at ang ulat nito ay malinaw na nagpakita na ang klima ay patuloy sa malalang pagbabago. Subalit sa kabila nang natipong katunayan mula sa lahat ng larangan ng siyensiya at lipunan, maraming mga pamahalaan at pandaigdigang korporasyon ay binabale-wala ang bigat ng sitwasyon.

At idagdag pa rito, maraming tao ay nilalabanan ang ideya na ang pandaidigang problemang ito ay inilalagay sa panganib ang kanilang kapakanan. Ang resulta, kanilang sinusupil ang agarang pangangailangan na harapin ang mga problema, bago ang mga ito'y makarating sa kanilang mga paanan.

Subalit ang pinakamalaking problema sa lahat ay wala tayong nakaraang alaala na namuhay sa ganoong alanganing katayuan. Dahil hindi natin nagagawang pag-isipan nang tama ang ating sitwasyon. Hindi ito pagsasabi na ang mga sakuna ay hindi kailanman nangyari, ngunit ang ating panahon ay kakaiba sa puntong ang mga sakuna sa ngayon ay nagaganap sa lahat ng dako, nang magkakasabay--sa lahat ng aspeto ng buhay ng tao, at sa lahat ng dako sa mundo.

2. Ilantad ang mga sanhi nito

Ang isang krisis ay nagaganap kapag mayroon banggaan sa dalawang elemento, at ang nangingibabaw na elemento ay pinupuwersa ang pamamayani nito sa isang mas mababa. Ang kalikasan ng tao o egoismo, ay natutuklasang gaano ito kabaligtaran ng Kalikasan, o altruismo. Ito ang kung bakit maraming mga tao ang nababalisa, nalulumbay, nawawalan ng tiwala at nayayamot.

Sa madaling salita, ang krisis ay hindi talaga nagaganap sa labas, kahit na parang natitiyak na ito'y nangyayari sa pisikal; ito'y nagaganap sa ating loob. Ang krisis ay mistulang mala-titanic ang banggaan sa pagitan ng mabuti (altruismo) at masama (egoismo). Nakakalungkot na kailangan nating maging ang mga kontrabida ng isang palabas. Ngunit huwag mawalan nang pag-asa--tulad ng lahat ng palabas, ang magandang katapusan ay naghihintay.

3. Pag-isipan ang pinaka-mainam na solusyon

Habang higit nating kinikilala ang nakapailalim na sanhi ng krisis, ang ating egoismo, lalung higit nating mauunawaan ano ang kailangan baguhin sa atin at sa ating mga lipunan. Sa ganitong pagkilos, ating magagawang mabawasan ang paglala nang krisis at dalhin ang lipunan at kapaligiran sa isang positibo at makabubuting kahihinatnan. Pag-usapan natin nang higit pa ang tungkol sa mga ganitong pagbabago habang sinaliksik natin ang konsepto ng kalayaan sa pagpili.

4. Magbuo ng isang plano upang malutas ang krisis

Sa sandaling makumpleto natin ang unang tatlong bahagi ng plano, ating maiguguhit ito nang mas detalyado. Ngunit maging ang pinaka-mahusay na plano ay nangangailangan nang aktibong suporta nang mga nangungunang, pambansang kilalang mga organisasyon upang magtagumpay. Samakatuwid ang plano ay dapat mayroon isang malawak na pundasyon nang internasyonal na suporta ng mga siyentipiko, mga nag-iisip, mga pulitiko, at ang United Nations (UN), gayundin ang media at mga sosyal na organisasyon. Ang IPCC na ating nabanggit sa Item 1 ng listahang ito ay isang magandang halimbawa ng ganitong grupo.

Dahil tayo'y lumalaki mula sa isang antas ng pagnanais hanggang sa kasunod, bawat sandaling ang isang krisis ay sumulpot, ito'y dapat itrato

Kabanata 6: Isang Bagong Paraan Para sa Isang Bagong Pagnanasa

bilang isang bagong pangyayari. Ang ating nakaraang mgaa karanasan ay hindi nakatulong sa atin dahil ang nakaraang mga pangyayari ay naganap sa mas mababang level nang pagnanais. Kung ang ating mga nakaraang karanasan ay nakatulong, hindi tayo nag-uusap nang tungkol sa isang krisis ngayon.

Kaya bawat bagay na nagaganap ngayon ay nangyayari sa unang pagkakataon sa espiritwal na antas ng pagnanais. Kung ating natatandaan na magagawa nating ilapat ang kaalaman ng mga tao na kunektado sa espiritwalidad sa katulad na paraan na ating inilalapat ang siyentipikong kaalaman upang maka-angkop sa mga problemang pisikal nang mga naisin.

Ang mga Kabbalista na nagawa nang marating ang espiritwal na mundo, ang ugat ng ating daigdig, ay nakita ang *Reshimot* (espiritwal na ugat) na lumilikha nitong ganitong estado. Maaari nila tayong gabayan palabas dito sa kalituhan na ating kinalalagyan sa pamamagitan ng pagtingin sa mga bagay mula sa kanilang pinag-mumulan sa espiritwal na mundo. Ang tulong na ito'y makakatulong sa atin na lutasin ang krisis nang madali at kaagad dahil malalaman natin bakit ang mga bagay ay nangyayari at paano natin ito mahusay na maisasa-ayos.

Tingnan ito sa ganitong paraan: Kung nalalaman ninyo na mayroon mga taong nahuhulaan ang resulta ng lotto kinabukasan, hindi ba gugustuhin ninyo na nasa inyong tabi sila kapag tumataya na kayo?

Walang magic dito, tanging kaalaman lamang ng mga panuntunan ng laro sa espiritwal na mundo. Sa mata nang isang Kabbalista, tayo'y wala sa isang krisis, tayo'y medyo naliligaw lamang kaya parating tumataya sa maling mga numero. Kapag nakita natin ang ating direksiyon, ang paglutas sa (di-umiiral) na krisis ay parang pagkain lang nang isang cake at gayundin ang pananalo sa lotto. At ang kagandahan sa kaalaman sa Kabbalah ay wala itong nagmamay-ari; ito ay pag-aari ng bawat isa.

ALAMIN ANG IYONG LIMITASYON

Panginoon, bigyan mo ako nang lakas upang mabago ang aking kayang mabago, tapang na tanggapin ang hindi ko kayang mabago, at karunungan na alamin ang pagitan nang mga ito.

-Isang Sinaunang Panalangin

Sa ating mga sariling mata, tayo'y natatangi at malayang mga nilalang. Ito ay isang karaniwang ugali nang tao. Isipin na lamang ang ilang siglong labanan na ang sangkatauhan ay dinaanan, upang sa wakas ay makamit ang limitadong personal na kalayaan na mayroon tayo ngayon.

Hindi lamang tayo ang nagdurusa kapag ang ating kalayaan ay kinuha. Ang lahat ng nilikha ay nagpupumiglas kapag nadakip; ito'y isang likas at natural na pag-uugali na tumutol sa anumang anyo nang panunupil. Ngunit kahit

Kabanata 6: Isang Bagong Paraan Para sa Isang Bagong Pagnanasa

ating nauunawaan na ang bawat nilikha ay may karapatang maging malaya, hindi natin tiyak na nauunawaan kung ano ang tunay na kahulugan nang pagiging malaya, o kung paano ito may kinalaman sa pagwawasto nang egosimo ng sangkatauhan.

Kung matapat nating tatanungin ang ating mga sarili tungkol sa ibig sabihin ng kalayaan, tiyakang matutuklasan na ang ating kasalukuyang konsepto ay nag-iba na sa oras na matapos ang ating pagtatanong. Kaya bago tayo makapag-usap tungkol sa kalayaan, dapat nating malaman kung ano ang ibig sabihin nang pagiging talagang malaya.

Upang makita kung nauunawaan natin ang kalayaan, dapat tayong tumingin sa ating kalooban upang makita kung tayo'y mayroong kakayahang kahit isang malaya, at kusang-loob na pagkilos. Dahil ang ating pagnanais na tumanggap ay patuloy na lumalago, tayo'y palaging itinutulak na maghanap nang mas mainam at mas kapaki-pakinabang na mga paraan upang mabuhay. Ang ating lumalagong mga pagnanais ay hindi nag-iiwan sa atin nang kalayaan sa bagay na ito.

Sa kabilang banda, kung ang ating pagnanais na tumanggap ay ang sanhi nang lahat nitong problema, marahil mayroong paraan upang makontrol ito. Kung ating magagawa ito, marahil makokontrol natin ang ating buhay. Kapalit nito, kung wala ang kontrol na ito, ang ating paglubog ay parang walang katapusan. Sa madaling salita, parang tayo'y parang nakikipag-karera na kalaban ang ating sariling mga pagnanasa, at dito'y lumalabas na tayo'y nagagapi.

Gayunpaman, patuloy tayong gumagalaw sa ating mga buhay na parang ang mga pangyayari ay nakasalalay sa ating mga desisyon. Ngunit ganoon nga kaya talaga? Hindi kaya mas mainam na huminto na lang sa ating pagsusumikap na baguhin ang ating mga buhay at hayaan na lamang sumabay sa agos?

Sa kabilang banda, sinabi pa lamang natin na ang Kalikasan ay tumututol sa anumang panunupil. Ngunit sa kabilang banda pa rin, ang Kalikasan ay hindi ipinapakita sa atin kung alin sa ating mga aksyon ang malaya, at kung saan tayo'y inakit nang isang di-nakikitang Puppet Master sa pag-iisip na tayo'y malaya.

Higit pa rito, kung ang Kalikasan ay mayroong plano para sa atin, maaari kayang ang mga katanungan at mga pag-aalinlangan ay bahagi ng pakana? Marahil mayroong malalim dahilan na ginagawa tayong ligaw at lito? Baka kaya ang pagkalito at pagkadismaya ay paraan ng Puppet Master nagsasabi sa atin na, "Hoy, tingnan ninyo ulit kung saan kayo pumupunta, dahil kung hinahanap ninyo'y Ako, nakatingin kayo sa maling direksiyon."

Bihira ang magta-tanggi na tayo sa totoo ay naliligaw. Subalit upang matiyak ang ating direksiyon, dapat nating malaman saan mag-uumpisang tumingin. Ito'y makakabawas sa maraming taon nang walang saysay na pagsisikap. Ang unang bagay na gusto nating matuklasan ay kung saan tayo mayroong malaya at nagsasariling pagpili, at kung saan tayo wala. Sa sandaling makita natin ito, malalaman na natin kung saan tayo dapat tumutok nang ating pansin at sa ating mga pagsisikap.

ANG MGA RIYENDA NG BUHAY

Ang kabuuan ng Kalikasan ay sumusunod sa iisang batas lamang: "Ang Batas ng Kasiyahan at Kasakitan." Kung ang tanging laman ng Paglikha ay ang pagnanais na tumanggap ng kasiyahan, kung gayon tanging isang alituntunin lamang ng pagkilos ang kinakailangan: ang pagkahumaling sa kasiyahan at pag-iwas sa kasakitan.

Ang nilalang ay hindi labas sa alituntuning ito. Tayo'y sumusunod sa isang sinadyang disenyo na sa kabuuan ay nagdidikta sa ating bawat galaw: gusto nating makatanggap nang pinakamainam, kapalit nang pinaka kaunting pagsisikap. At kung maaari, gusto natin itong lahat nang libre! Samakatwid sa bawat bagay na ating ginagawa, kahit hindi ito namamalayan, tayo'y pilit na pipiliin ang kasiyahan at iiwasan ang kasakitan.

Kahit na sa tingin ay tila isinasakripisyo natin ang ating mga sarili, tayo sa totoo ay nakakatanggap pa rin nang maaari nating kasiyahan sa "sakripisyo" kaysa sa iba pa na ating maisip sa sandaling iyon. At ang dahilan kaya natin nililinlang ang ating mga sarili sa pag-iisip na mayroon tayong di-makasariling motibo ay dahil sa ating paglilinlang sa ating mga sarili ay mas nakakalugod sa atin kaysa aminin sa ating sarili ang katotohanan. Tulad nang sinabi ng manunulat na si Agnes Repplier noon, "May iilan lamang na mga hubad na talagang nakakasuka na tulad nang hubad na katotohanan."

Ating sinabi sa una na ang Pangalawang Anyo ay nagbibigay bagamat sa katunayan ay bunsod din lamang nang parehong pagnanais tumanggap tulad nang sa Unang Anyo. Ito ang ugat nang bawat "di-makasariling" galaw na ating ginagawa sa isa't-isa.

Makikita natin kung paanong bawat bagay na ating ginagawa ay tumutunton sa isang "pagkalkula sa pakinabang." Halimbawa, aking kakalkulahin ang presyo nang isang bagay at ikukumpara sa inaasahang pakinabang sa pagbili nito. Kung aking matatantiya na ang kasiyahan (o kawalan nang kasakitan) sa aking pagbili nang bagay na iyon ay mas higit sa aking dapat ibayad, sa isip ko, sasabihin ko sa aking sarili na, "bilhin, bilhin, bilhin mo na!"

Maaari nating baguhin kung ano ang mga bagay na dapat nating unahin, mag-angkin nang bagong pagtingin sa kung ano ang masama at mabuti, at kahit "sanayin" ang ating mga sarili na maging matapang. Dagdag pa rito, magagawa nating ang isang layunin na maging napakahalaga sa ating paningin na anumang paghihirap na nakapaloob upang makamit ito ay hindi magiging halaga. Halimbawa kung gusto ko na magkaroon ng magandang katayuan sa lipunan at magandang suweldo na kaakibat ng pagiging kilalang manggagamot, Ako'y magpapagod, magpapawis, at

Kabanata 6: Isang Bagong Paraan Para sa Isang Bagong Pagnanasa 163

magsisikap nang maraming taon sa medical school at gugugol nang marami pang taon na kulang ang pagtulog sa panahon nang internship, habang umaasa na lahat ng ito'y magbubunga nang katanyagan o kasaganaan, (at mas maganda pa) kung ito pareho.

Kung minsan, ang kalkulasyon nang kagyat na hirap para sa pakinabang sa hinaharap ay napaka-natural na hindi natin halos napapansin na ginagawa na natin ito. Ipaghalimbawa, kung ako'y magkasakit nang malubha at matuklasan na tanging isang partikular na operasyon ang makakapagligtas sa aking buhay, buong galak akong papayag sa operasyon. Bagamat ang operasyon ay maaaring maging maselan at hindi kanais-nais, mas mainam na ito kaysa sa sakit na may bantang panganib. Maaari pang magbayad ako nang malaking halaga para makaraos sa daranasing operasyon.

PAGBABAGO NG LIPUNAN UPANG MABAGO ANG SARILI

Ang Kalikasan ay binigyan tayo nang tatlong hamon: ito'y "sinentensiyahan" na tayo'y parating maghahanap nang paraan upang makaiwas sa pagdurusa; inilagay tayo nito sa walang tigil na paghabol sa kasiyahan; at pinagkaitan tayo nito nang kakayahan na pag-isipan kung anong uri nang kasiyahan ang talaga nating kagustuhan. Sa madaling salita, wala tayong kontrol sa ating kagustuhan. Tayo ay nakapa-ilalim sa sari-saring mga hangarin na sumusulpot sa atin na hindi hinihingi ang ating pagsang-ayon tungkol sa bagay na iyon.

KABBALAH PARA SA MGA NAGSISIMULA – IKA-APAT NA BAHAGI

Datapwat ang Kalikasan ay hindi lamang nilikha ang ating mga hangarin, ito'y pinagkalooban din tayo nang paraan upang makontrol ang mga ito. Kung ating natatandaan na tayong lahat ay bahagi nang isang kaluluwa, ni *Adam HaRishon*, madaling makikita na ang paraan upang makontrol natin ang ating mga pagnanasa ay ang makasama ang buong kaluluwa, ibig sabihin ang sangkatauhan, o kaya'y ang isang bahagi nito.

Tingnan natin ito sa ganitong paraan: Kung ang isang maliit na cell ay gustong gumawi sa kaliwa, ngunit ang buong katawan ay gustong pumunta sa kanan, ang nag-iisang cell na ito ay dapat pumunta sa kanan. Iyon ay, maliban kung nakumbinsi nito ang buong katawan, o ang malaking bahagi ng mga cells, ang "pamahalaan" ng katawan, na mas mainam para dito na pumunta sa kaliwa.

Kaya bagamat hindi natin magawang makontrol ang ating mga hangarin, ang lipunan ay magagawa at kinokontrol ang mga ito. At dahil magagawa nating makontrol ang ating nais na lipunan, maaari nating mapili ang uri nang lipunan na makaka-epekto sa atin, na ayon sa pagtingin natin ay mainam. Sa simpleng pananalita, maaari nating magamit ang impluwensiya nang lipunan upang makontrol ang ating mga personal na pagnanasa. At sa pamamagitan nang pagkontrol sa ating mga pagnanasa, makokontrol natin ang ating pag-iisip, at sa huli'y ang ating mga pagkilos.

Halos dalawang libong taon na ang nakaraan, *Ang Aklat ng Zohar* ay nailarawan na ang kahalagahan ng lipunan. Mula noong ika-20 siglo, naging

Kabanata 6:   Isang Bagong Paraan Para sa Isang Bagong Pagnanasa   165

malinaw ito na tayo'y naka-depende sa isa't-isa para sa ating pisikal na buhay. At ngayon, kasama ang milyon-milyong mga tao na naghahanap sa espiritwalidad, ang isang mainam na pag-gamit nang ating pagtitiwala sa lipunan ay naging napakahalaga para sa ating espiritwal na pag-unlad. Ang pinaka-ultimong kahalagahan ng lipunan ay isang mensahe na ginawa ni Baal HaSulam ay napakalinaw sa marami sa kanyang mga sanaysay.

Sinabi ni Baal HaSulam na ang pinakamalaking pagnanais nang bawat nilalang, kahit amin ito o hindi, ay ang magustuhan siya nang iba at makamit ang kanilang pagsang-ayon. Ito'y hindi lamang nagbibigay sa atin nang pakiramdam ng tiwala sa sarili, bagkus nagpapatibay sa ating pinaka-iingatang pag-aari--ang ating ego. Kung walang pagsang-ayon nang lipunan, nararamdaman natin na ang atin mismong buhay ay hindi pinapansin at ipinapawalang-halaga. At dahil ang ego ay hindi makakayanan ang pagtatanggi, ang tao'y kadalasan ay humahantong sa matinding mga pagkilos upang makuha ang pansin nang ibang tao.

Dahil ang pinakamalaki nating naisin ay makuha ang pagsang-ayon nang lipunan, tayo'y mapipilitang umangkop (at angkinin) ang batas ng kapaligiran. Ang mga batas na ito'y hindi lamang nagtatakda nang ating mga pag-uugali, bagkus humuhugis din nang ating pakikitungo at paglapit sa bawat bagay na ating ginagawa at iniisip. Sa malaking bahagi, hindi natin nararamdaman na tayo'y sumusuko sa alituntunin ng lipunan, kundi simpleng nagbubuo lamang nang mga bagong ideya na akala natin ay sa sariling atin. Ngunit madalang na tayo'y hihinto at iisipin kung saan nanggaling yaong mga ideya.

Sa ganitong sitwasyon, hindi tayo makakagawa nang malayang pagpili--mula sa paano tayo mamumuhay, sa ating mga pagkaka-abalahan, sa paano natin gustong gugulin ang ating oras sa paglilibang, at maging sa pagkain na ating kinakain at damit na isinusuot. Kahit kapag pinili natin na manamit na taliwas sa moda, o sa kabaligtaran nito, (sa pagpipilit na) maging kakaiba sa isang panuntunan ng lipunan na ating ipinasya na hindi mahalaga

Sa madaling salita, kung ang moda ng pananamit na ating isinantabi ay hindi nangyari, hindi natin kinailangan na isantabi ito at malamang na pumili tayo nang ibang moda nang pananamit. Sa huli, ang tanging paraan upang mabago ang ating mga sarili ay ang baguhin ang panlipunang pamantayan nang ating kapaligiran. Ang kasunod na kabanata ay ipapakita paano natin makakamit iyon.

7
Ang Apat na Salik ng Ating Pagkatao

Kung tayo'y produkto lamang ng ating kapaligiran at wala nang iba pa, at kung walang talagang kalayaan sa ating mga ginagawa, iniisip, o kaya'y pagnanais, tayo ba'y masisisi sa ating mga pagkilos? At kung tayo'y walang pananagutan sa mga ito, kung gayon, sino?

Upang masagot ang mga ganitong katanungan, dapat muna nating maintindihan ang apat na salik na bumubuo sa atin, at paano tayo gagawa na kasama ang ito upang magkaroon ng kalayaan sa pagpapasiya. Ayon sa Kabbalah, tayo ay kontrolada nang apat na salik.

1) Ang Higaan, tinawag ding Unang Materya
2) Di-nagbabagong katangian ng Higaan
3) Mga katangian na Nababago gamit ang Panlabas na Puwersa
4) Mga Pagbabago sa Panlabas na Kapaligiran

Tingnan natin kung ano ang ibig sabihin na mga ito para sa atin.

Kabanata 7: Ang Apat na Salik ng Ating Pagkatao

1. Ang Higaan, ang Unang Materya

Ang ating di-nababagong esensya ay tinawag na "Ang Higaan." Ako'y maaaring masaya o kaya'y malungkot, pala-isip, galit, nag-iisa o may kasamang iba pa. Sa anupamang timpla at kahit saanmang lipunan, ang pundasyon nang aking sarili ay hindi kailanman magbabago.

Upang maunawan itong apat na mga salik, tingnan natin ang namumuko o nalalantang halaman. Suriin natin ang isang tangkay ng trigo. Kapag ang binhi ng trigo ay nabubulok, nawawala ang porma nito sa kabuuan. Ngunit kahit nawala nang ganap ang porma nito, tanging isang bagong tangkay lamang ng trigo ang lilitaw mula sa binhing iyon. Ito'y dahil ang higaan ng trigo ay nanatiling kapareho at ang nilalaman ng binhi ay palagiang noong yaong trigo.

2. Di-nagbabagong Katangian ng Higaan

Tulad nang ang higaan ay di-nagbabago at ang grigo ay palaging magbubunga nang bagong trigo, ang sistema na ang binhi ng trigo ay uunlad ay hindi rin nagbabago. Ang isang tangkay ay maaaring magbunga nang higit sa isang tangkay sa bagong buhay nito, at ang dami at klase ng nang bagong buko ay maaaring nagbago. Datapwat ang higaan mismo sa sarili nito, ay mananatiling di-nagbabago. Sa simpleng pananalita, walang ibang halaman na magagawang lumago mula sa binhi ng trigo kundi trigo, at lahat ng halamang trigo ay palaging dadaan sa pamamagitan nang parehong proseso ng paglago, sa sandali ng pag-usbong nang mga ito hanggang sa sandaling ang mga ito'y matuyot.

Katulad din, lahat ng mga batang nilalang, ay tumatanda sa pamamagitan ng kaparehong resulta sa paglago. Kaya ito ang dahilan kung bakit natatantiya natin kung kailan na ang isang bata ay dapat magsimulang umunlad ang ilang kakayahan, at kailan ang mga bagong pagkain ay maaari nang ipakain. Kung wala ang ganitong nakapirming sistema, hindi natin magagawang masundan ang bawat yugto nang paglaki nang mga sanggol o kaya'y nang anupamang bagay, sa ganoong usapin.

3. Mga Katangian na Nagbabago dala ng mga Panlabas na Puwersa

Bagamat ang binhi ay nanatiling ang parehong uri ng binhi, ang hitsura nito ay maaaring magbago bilang resulta nang panlabas na impluwensiya tulad nang sikat ng araw, lupa, pataba, hamog, at ulan. Kaya, habang ang uri ng halaman ay nanatiling trigo, ang "balot," ang katangian nang esensiya ng trigo maaaring mabago dala nang panlabas na mga elemento.

Katulad din, na ang ating timpla ay nagbabago depende sa ating kasamang mga tao, o kaya'y sa ibang mga sitwasyon, bagamat ang ating mga sarili (higaan) ay nanatiling ganoon pa rin. Kung minsan, ito'y maaating mabago, kung ang impluwensiya nang kapaligiran ay mahaba, maaari nitong mabago hindi lamang ang ating timplada, kahit pati na ang ating pag-uugali. Hindi ang kapaligiran ang lumilikha nang bagong pag-uugali sa atin; kundi ang partisipasyon nang ilang tao ang pumupukaw sa ilang aspeto nang ating kalikasan, nang higit sa iba pa.

4. Pagbabago sa Panlabas na Kapaligiran

Ang kapaligiran na nakaka-apekto sa binhi sa sarili nito mismo ay naaapektuhan ng iba pang panlabas na salik, tulad ng klima, klase ng hangin, at kalapit na mga halaman. Ito ang dahilan kung bakit nagpapalago tayo ng mga halaman sa mga greenhouses at nilalagyan nang pataba ang lupa. Tinatangka nating likhain ang pinaka mainam na kapaligiran para lumago ang halaman.

Sa ating lipunan, patuloy nating binabago ang ating kapaligiran. Ibinabandila natin ang mga bagong produkto, naghahalal nang pamahalaan, pumapasok sa mga eskwelahan, at umuubos nang oras sa mga kaibigan. Samakatwid, upang makontrol ang ating sariling paglago, dapat nating matutunan na makontrol ang uri nang mga tao na ating pakikisamahan, laluna ang mga taong ating tinitingala. Yaon ang mga taong naka impluwensya sa atin nang higit.

Kung nais nating maiwasto--maging altruistiko--kailangan nating malaman anong mga pagbabagong panlipunan ang magtutulak nang pagwawasto, at gampanan ang mga ito nang tulou-tuloy. Kasama itong huling salik--ang pagbabago sa panlabas na kapaligiran--ating huhubugin ang ating esensya, babaguhin ang katangian nang ating higaan, at ang resulta, ay maitatakda natin ang ating kapalaran. *Ito ay ang kung saan mayroon tayong kalayaan upang magpasya.*

PAGPILI NG TAMANG KAPALIGIRAN PARA SA PAGWAWASTO

Bagamat hindi natin maitatakda ang katangian nang ating higaan, maaari pa rin nating isaayos ang ating mga buhay sa pamamagitan ng pagpili sa ating panlipunang kapaligiran. Sa madaling salita, dahil ang kapaligiran ay naapektuhan ang katangian nang higaan, maaari nating itakda ang ating sariling hinaharap sa pamamagitan nang paglikha nang kapaligiran na magsusulong nang mga layunin na nais nating makamit.

Sa sandaling napili ko na ang aking direksiyon at nakagawa ng kapaligiran na magtuturo sa akin doon, magagamit ko na ang lipunan bilang puwersa na magpapabilis nang aking pag-unlad. Kung halimbawa, kailangan ko nang pera, maaari kong palibutan ang aking sarili nang iba pa na nais din ito, gustong pag-usapan ito, at magtatrabaho nang husto para makamit ito. Ito'y magsusulong sa akin na magtrabahong mabuti rin, at ibaling ang aking isip bilang factory ng mga plano sa paggawa nang pera.

At narito pa ang isang halimbawa. Kung ako'y mataba at gusto kong mabago iyon, ang pinakamadaling paraan ay paligiran ang aking sarili nang mga tao na nag-iisip, nag-uusap, at nagbubuyo sa bawat isa na magbawas ng timbang. Ang totoo, magagawa ko rin na hindi lamang palibutan ang aking sarili upang lumikha nang kapaligiran; maaari ko pang paigtingin ang impluwensiya ng kapaligiran kasama ang mga aklat, video, at mga artikulo sa magazines. Anumang paraan na makapag-daragdag at makaka-suporta sa aking hangarin na magbawas ng timbang ay maaari. Kailangan ko pa ring bantayan ang aking kinakain, ngunit ang emosyonal na suporta na kailangan upang magawa ito--ang pinakapangunahing balakid sa anumang pagda-diet ay mababawasan nang malaki, kung hindi man tuluyang mawawala.

> Mga Ibong Magkakatulad ng BalahiboSa Kabanata 5, tinalakay natin ang tungkol sa prinsipyo ng "pagkakatulad ng anyo." Ang parehong prinsipyo ay mailalapat din dito, ngunit sa isang pisikal na antas. Ang magkakatulad na mga tao ay komportableng magkakasama dahil mayroon silang magkakaparehong hangarin at parehong pag-iisip. Alam nating lahat na ang mga ibon na magkakatulad ang balahibo ay nagsasama-sama. Ngunit maaari nating baligtarin ang proseso. Sa pagpili nang ating grupo, maaari nating matiyak kung magiging anong uri nang ibon tayo.

Ang lahat nang ito'y nasa kapaligiran. Ang Alcoholic Anonymous (AA), rehab sa droga, mga Weight Watchers, lahat nang mga ito ay gumagamit ng kapangyarihan ng lipunan upang matulungan ang mga tao kapag hindi nila matulungan ang kanilang mga sarili. Kung gagamitin natin ang ating kapaligiran nang tama, makakamit natin ang mga bagay na hindi man lamang natin pinangarap. At higit sa lahat, hindi tayo makakaramdam nang anumang pagsusumikap upang matamo ang mga ito.

Ang paghahangad para sa espiritwalidad ay walang ipinagkaiba. Kung gusto ko nang espiritwalidad at gusto kong palakasin ang aking pagnanasa para dito, kailangan ko lamang nang tamang mga kaibigan, mga aklat, at mga videos sa aking paligid. Ang kalikasan nang tao ang gagawa nang lahat. Kung ang isang grupo ng mga tao ay nagpasiya na maging katulad ng Maylikha, walang makakahadlang sa kanilang daraanan, kahit ang Maylikha mismo. Ang mga Kabbalista ay tinawag ito na, "Ang mga anak ko ay ginapi Ako."

Kung gayon, bakit waLa tayong nakikitang "paghugos sa espiritwalidad?" Medyo may kaunting sagabal: hindi ninyo mararamdaman ang espiritwalidad hangga't hindi ninyo ito natatamo. Ang problema ay kung walang nakikita o nararamdaman sa layunin, napakahirap na talagang gustuhin ito, at alam na natin na napakahirap na magawa ang anumang bagay nang walang matinding pagnanasa para dito.

Tingnan ninyo ito sa ganitong paraan: bawat bagay na gusto natin sa mundong ito ay isang resulta nang ilang panlabas na impluwensiya sa atin. Kung gusto ko nang pizza, ito'y dahil ang mga kaibigan, mga magulang, TV o iba pa ay nagsabi sa akin kung gaano ito kasarap. Kung gusto kong maging abugado, ito'y dahil ang lipunan ay nagbigay sa akin nang impresyon na ang pagiging abugado ay maganda ang kinikita.

Ngunit saan sa ating lipunan na ako'y makakakita nang ilang bagay o sinuman na magsasabi sa akin na ang pagiging katulad ng Maylikha ay maganda? Dagdag pa rito, kung walang ganitong hangarin ang umiiral sa lipunan, paano biglang lumitaw ito sa akin? Ito ba'y basta na lang sumulpot mula sa kawalan?

Hindi sa kawalan; mula sa *Reshimot*. Ito ay alaala galing sa hinaharap.

Mula sa Kabanata 4, ating sinabi na ang *Reshimot* ay talaan, mga alaala na naitatak sa atin noong tayo'y nasa itaas nang espiritwal na

Kabanata 7: Ang Apat na Salik ng Ating Pagkatao

bahagdan. Ang mga *Reshimot* na ito ay nakahimlay sa ating kamalayan at lumilitaw paisa-isa na pumupukaw nang bago o mas malakas na pagnanasa mula sa nakalipas nating estado. Dagdag pa rito, dahil lahat tayo ay dating nasa mas mataas na bahagdan ng espiritwalidad, mararamdaman nating lahat ang pagkagising nang mga pagnanasa na bumalik sa espiritwal na estado kapag oras na nating gawin ito. Ito ang dahilan kung bakit ang *Reshimot* ay mga alaala nang ating sariling estado sa ating hinaharap.

Kaya nga, ang tanong ay hindi dapat na, "Bakit ako mayroong pagnanasa sa ilang bagay na ang kapaligiran ay hindi ipinakilala sa akin?" Sa halip dapat nating tanungin, "Sa sandaling ako'y magkaroon ng ganitong pagnanais, paano ko ito magagawang kapaki-pakinabang?" At ang kasagutan ay simple: Tratuhin mo ito tulad nang paano mo tatratuhin ang anumang bagay na gusto mong makamit--isipin mo ang tungkol dito, pag-usapan ninyo, makinig habang pinag-uusapan ito ng iba, basahin ang tungkol dito, at gawin ang lahat nang iyong magagawa upang magawa itong mahalaga. Kapag nagawa ninyo ito, ang inyong pag-unlad ay mapapabilis unti-unti.

Sa *Ang Aklat ng Zohar* mayroong isang nakakaganyak (at totoong) kuwento ng isang marunong na lalaki sa pangalang Rabbi Yosi Ben Kisma, ang dakilang Kabbalista nang kanyang panahon. Isang araw, isang mayamang negosyante mula sa ibang bayan ang lumapit sa kanya at nag-alok na ilipat ang rabbi sa kanyang sariling bayan. Gusto niyang magbukas ang rabbi ng isang seminaryo para sa mga taong uhaw sa karunungan ng bayang iyon. Ipinaliwanag ng negosyante na walang sariling pantas ang kanyang bayan, at ang bayan ay nangangailangan nang espiritwal na guro. Kalabisan nang sabihin na, pinangakuan niya si Rabbi Yosi na lahat ng kanyang personal at mga pangangailangan ppara sa pagtuturo ay matutugunan sa primera klaseng paraan.

Sa malaking pagkagulat ng negosyante, si Rabbi Yosi ay mariing tumanggi, at sinabi na walang anumang pagkakataon na siya'y lilipat sa isang lugar na walang mga pantas. Ang dismayadong negosyante ay sinubukang makipagtalo at nagmungkahi na si Rabbi Yosi bilang dakilang pantas ng henerasyon ay hindi na nangangailangan mag-aral pa mula sa sinuman.

"At dagdag pa rito," sabi ng negosyante, "sa paglipat mo sa aming bayan at pagtuturo sa aming mga kababayan, ikaw ay gumagawa nang isang malaking paglilingkod na espiritwal, dahil dito ay marami nang mga pantas, at ang aming bayan ay wala kahit anuman. Ito'y mahalagang kontribusyon sa espiritwalidad ng buong henerasyon. Maaari bang ang aming alok ay pag-isipan nang dakilang Rabbi?"

Doon si Rabbi Yosi ay tumugon: "Maging ang pinakamatalinong pantas ay magiging mangmang kapag nanirahan sa piling ng mga mangmang na tao." Hindi sa ayaw tumulong ni Rabbi Yosi sa mga

Kabanata 7: Ang Apat na Salik ng Ating Pagkatao

mamamayan ng negosyante; nalalaman lamang niya na kung walang kapaligiran na sumusuporta, mawawalan siya nang doble--ang kanyang pagbibigay nang liwanag sa kanyang mga estudyante at pagkawala nang kanyang sariling espiritwalidad.

WALANG LUGAR PARA SA MGA ANARKISTA

Lahat ng pag-uusap tungko sa pagtatayo ng wastong lipunan ay maaaring magdala sa inyo sa pag-iisip na ang mga Kabbalista ay mga anarkista, na handang sirain ang kaayusang panlipunan upang magsulong nang pagtatayo ng mga lipunang maka-espiiritwal. Napakalayo nito sa katotohanan.

Tulad ng ipinaliwanag ni Yehuda Ashlag nang napakalinaw, at sinumang sociologist o anthropologist ay magpapatunay, ang mga taong nilalang ay mga panlipunang nilikha. Sa madaling salita, wala tayong anumang magagawa kung hindi manirahan sa isang lipunan dahil tayo'y mga bunga nang isang pangkalahatang kaluluwa. Kaya maliwanag na tayo'y dapat umangkop sa mga panunutunan nang ating lipunan at mangalaga sa ikabubuti nito. At ang tanging paraan upang makamit ito ay kung tayo'y kakapit sa panuntunan nang ating lipunan.

Datapwat sinabi rin ni Ashlag na sa anumang sitwasyon na hindi kaugnay nang lipunan, ang lipunan ay walang karapatan na lagyang hangganan o kaya'y supilin ang kalayaan nang isang indibidwal. Si Ashlag ay nagawa pang tawagin ang mga gumagawa nito na mga "kriminal," sa pagsasabi na sa usapin nang espiritwal na pag-unlad nang isang tao, ang Kalikasan ay hindi hinihingi sa indibidwal na sumang-ayon sa kagustuhan nang nakakarami. Sa kabaligtaran, ang espiritwal na paglago ay personal na responsibilidad ng bawat isa sa atin. Kapag ginagawa ito, pinapaunlad natin hindi lamang ang sariling buhay, kundi maging ang buhay nang buong mundo.

Napakahalaga na ating maunawaan ang pagkakahiwalay sa pagitan nang ating pananagutan sa lipunang ating ginagalawan at sa ating personal na paglagong espiritwal. Ang pag-alam kung saan iguguhit ang linya at paano makakatulong sa dalawa ay magpapalaya sa atin sa napakaraming kalituhan at maling pagka-intindi sa espiritwalidad.

Ang panuntunan sa buhay ay dapat simple at tuwiran: Sa pang-araw-araw na buhay, sundin ang batas ng lipunan; sa espiritwal na buhay, umunlad nang nag-iisa. Ang kalayaan nang indibidwal ay makakamit lamang sa pamamagitan nang ating pamimili sa ating espiritwal na pag-inog, isang lugar na kung saan ang iba'y hindi dapat manghimasok.

ANG DI-MAPIPIGILANG PAGKAMATAY NG EGO

Ang Pagmamahal sa kalayaan ay pagmamahal sa iba; at ang pagmamahal sa kapangyarihan ay pagmamahal sa ating mga sarili.

--William Hazlitt (1778 - 1830)

Tingnan nating muli ang mga batayan ng Paglikha. Ang tanging bagay na nilikha nang Maylikha ay ang ating kaloobang tumanggap, ang ating egoismo. Ito ang ating buod. Kung matututunan natin kung paano natin pahihintuin ang ating egoismo, maibabalik natin ang ating kuneksyon sa Maylikha. Sa sandaling tayo'y kumilos nang di-makasarili, maibabalik nating muli ang ating pagkakatulad ng anyo sa Kanya tulad nang pag-iral nito sa espiritwal na mundo. Ang pagpapahinto nang ating egoismo ay ang simula nang ating pag-akyat sa espiritwal na bahagdan, ang simula nang ating proseso sa pagwawasto.

Isang nakakatuyang bagay sa kalikasan ay ang mga taong nagpapakasawa sa makasariling kasiyahan ay hindi maaaring maging masaya. Mayroong dalawang kadahilanan tungkol dito:

1. Ang egoismo ay isang Catch 22: (trap), kung nasa inyo na ang inyong gusto, hindi mo na gusto ito. Upang maunawaan kung bakit, isipin mo ang iyong paboritong pagkain. Isipin mo ang iyong sarili na nasa isang mamahaling restoran, nakaupo nang maginhawa sa harap nang isang

lamesa habang naghahain nang pagkain ang nakangiting waiter. Napakasarap nang amoy. Ngunit sa sandaling nagsimulang kumain, ang kasiyahan ay paunti-unting nababawasan. Habang ikaw ay nabubusog, patuloy naman ang pagkawala nang iyong gana sa pagkain. Sa huli, kapag napuno ka na, wala ka nang gana sa pagkain at titigil ka nang kumain. Hind ka tumitigil dahil busog ka na, ngunit dahil hindi na masayang kumain kapag puno na tiyan. Ang pagbibigay kasiyahan sa iyong pagnanais sa pagkain ay pinawi ang kasiyahan noong iyong kinain ito.

2. Ang makasariling pagnanais ay natutuwa hindi lamang sa pagbibigay kasiyahan sa sarili nitong kapritso, kundi gayundin sa pagkakait ng kasiyahan sa iba. Upang maintindihan nang mas maigi ang kadahilanang ito, kailangan nating bumalik sa panimulang batayan. Sa Phase 1 ng Apat na Batayang Yugto, na pagnanais lamang na tumanggap ng kasiyahan. Ang Phase 2 ay mas maunlad na at gustong tumanggap nang kasiyahan sa pagbibigay, dahil ang pagbibigay ay ang katangian nang Maylikha. Kung ang ating pag-unlad ay huminto sa Phase 1, tayo'y magkakasya na lamang sa sandaling ang ating hangarin ay matupad at wala nang pakialam kung ano mayroon ang iba.

Datapwat ang Pangalawang Anyo--ang pagnanais na magbigay--ay nagtutulak sa atin na bigyang pansin ang iba upang makapagbigay tayo sa

Kabanata 7: Ang apat na Salik ng Ating Pagkatao

kanila. Subalit dahil ang ating batayang pagnanais ay tumanggap, ang nakikita lamang natin kapag tiningnan natin ang iba ay "mayroon sila nang lahat ng uri ng bagay na wala ako." Dahil sa Pangalawang Anyo, palagi nating ihahambing ang ating mga sarili sa iba, at dahil sa katangian nang Unang Anyo na tumanggap, palagi nating gusto na maging mas mainam ang katayuan kaysa sa kanila. Ito ang dahilan kung bakit nasisiyahan tayo sa kakulangan nang iba.

Ang ikalawang dahilan din kung bakit ang sukatan ng kahirapan ay nag-iiba sa bawat bayan. Ayon sa Webster dictionary, ang sukatan nang kahirapan ay "isang sukatan ng personal o pampamilyang kita na mababa at isang mahirap ayon sa pamantayan ng pamahalaan." Kaya ang pagpapakahulugan ng kahirapan at kasalatan ay hindi eksakto at lubusan.

Kung ang lahat sa paligid ko ay mahirap na katulad ko, hindi ko *mararamdaman* na mahirap ako. Ngunit kung ang bawat isa sa paligid ko ay mayaman at ako'y kumikita lamang nang sapat, na sa kanluran ay higit na sapat upang mabuhay, mararamdaman ko pa rin na ako ang pinakamahirap na tao sa mundo. Sa madaling salita, ang ating pamantayan ay idinidikta nang nang kumbinasyon nang Unang Anyo (Phase 1) (kung ano ang gusto nating magkaroon) at Pangalawang Anyo (Phase 2) (pagkumpara sa ating mga sarili sa iba).

At tulad sa nagaganap, ang Pangalawang Anyo, ang ating pagnanais na magbigay, na siyang dapat tumiyak na ang ating mundo ay magiging isang mundo na maaaring pamuhayan nang maganda, ay sa katotohanan ang dahilan nang lahat nang kasamaan sa mundo. Ito ang kaibuturan nang ating kabulukan. Ang pagnanais na magbigay ay hindi sapat, ang pagpapalit nang intensiyon upang tumanggap nang intensiyon na magbigay ang kinakailangan nating iwasto. Ito'y gagawin tayong katulad ng Maylikha.

ANG LUNAS

Walang hangarin o kaya'y katangian ay likas na masama; kung paano natin ito ginagamit kaya nagiging masama ito. Ang mgs sinaunang mga Kabbalista ay nagsabi: "Inggit, kasakiman, at ang (pagtugis) sa karangalan ay nagdadala sa tao sa labas ng mundo," ibig sabihin sa labas nang ating mundo at patungo sa espiritwal na mundo.

Paano kaya? Nakita na natin na ang pagka-inggit ay napupunta sa pagpapaligsahan, at ang paligsahan ay nagbubunsod ng pag-unlad. Ngunit ang inggit ay mayroong mas malaking ibinubunga kaysa teknolohiya o iba pang materyal na pakinabang. Sa "Pambungad sa Ang Aklat ng Zohar," si Baal HaSulam ay isinulat na ang nilalang ay makakayang maramdaman ang iba, at kaya hinahangad kung ano meron ang iba. Bilang resulta, sila'y napupuno ng inggit at ninanasa ang bawat bagay na mayroon ang iba, at mas maraming pag-aari ang iba, mas malaking pakiramdam nang

Kabanata 7: Ang Apat na Salik ng Ating Pagkatao

kakulangan ang kanilang nararamdaman. Sa dakong huli, kanilang gustong lamunin ang buong mundo. Kalaunan, ang pagka-inggit ay gagawin tayong walang kulang na tulad nang Maylikha. Ngunit dito, ang Kalikasan ay pinaglaruan tayong muli: Ang Maylikha ay isang hangarin upang magbigay, altruismo. Bagamat, tayo sa simula ay walang kamalayan dito, sa paghahanggad na maging mga Taga-Paglikha, tayo sa katunayan ay nagnanasang maging altruistiko. Kaya sa pamamagitan nang inggit--ang ego, ang pinaka-mapandaya at mapaminsalang ugali--ang ating egoismo ay pinapatay ang sarili niya mismo, tulad din lamang nang kanser na sinisira ang organismong pinamamahayan nito hanggang ito rin ay mamatay kasama nang pinamamahayan nito.

Muli makikita natin ang kahalagahan nang pagtatayo nang tamang kapaligiran sa lipunan. Kung tayo'y sapilitang naiinggit, dapat na lamang na tayo'y mainggit sa kapaki-pakinabang na paraan, (mainggit sa mga bagay na magdadala sa atin sa pagwawasto).

Ang mga Kabbalista ay inilarawan ang egoismo na tulad nito: Ang egoismo ay parang isang lalaki na may hawak na espada na mayroong patak nang naka kaakit at malinamnam ngunit nakamamatay na lason sa dulo nito. Ang lalaki ay nalalaman na ang patak ay nakakamatay na lason ngunit hindi niya mapigilan ang kanyang sarili. Ibubukas niya ang kanyang bibig, dadalhin ang dulo ng espada sa kanyang dila at lulunok...

Ang isang makatarungan at masayang lipunan ay hindi maaaring umasa sa minamatyagan o "ginagabayang" kasakiman. Maaari nating subuking sansalain ang egoismo sa pamamagitan nang pagpapatupad ng batas, ngunit ito'y magiging matagumpay lamang hanggang sa ang kalagayan ay lumala tulad nang ating nakita sa Germany--isang demokrasya at malaya nitong inihalal si Hitler.

Maging ang America, ang lupain nang kalayaan ng oportunidad at kapitalismo ay nabibigo na magawang maligaya ang mga mamamayan nito. Ayon sa New England Journal of Medicine, "Taon-taon higit sa 46 milyong Amerikano, mga edad 15 - 54, ay dumadanas nang mga sandali ng depresyon." At ang Archives of General Psychiatry ay inihayag: "Ang paggamit nang malakas na gamot upang mga musmos at mga kabataan...ay nadagdagan nang limang beses sa pagitan nang taong 1993 at 2002," tulad nang napalathala noong June 6, 2006 edisyon ng New York Times.

Bilang pagtatapos, habang ang egoismo ay nangingibabaw, ang lipunan ay palaging magiging di-makatarungan at bibiguin ang sarili nitong mga kasapi sa isang banda o sa iba pa. Sa dakong huli, lahat nang lipunan na nakabatay sa egoismo ay mauubos ang sarili nito mismo kasama ang egoismo na lumikha sa mga ito. Para sa kapakanan nang bawat isa, kailangan lamang nating gawin na maganap ito sa mabilis at pinaka-madaling paraan na maaari.

HUWAD NA KALAYAAN

Ang mga Kabbalista ay ini-uugnay ang ating kawalan nang kakayahan na madama ang Maylikha bilang "pagkukubli ng mukha nang Maylikha." Ang pagkakubli ay lumilikha nang isang pagtingin sa kalayaan upang mamili sa pagitan nang ating mundo at sa espiritwal na mundo nang Maylikha. Kung ating makikita ang Maylikha, kung ating talagang madadama ang pakinabang sa altruismo, walang alinlanlangang gugustuhin natin ang Kanyang mundo kaysa sa atin.

Ang Kanyang mundo ay mundo nang pagbibigay at kasiyahan, ngunit dahil hindi natin nakikita ang Maylikha, hindi natin sinusunod ang Kanyang panuntunan. Sa halip walang patid na nilalabag ang mga ito. Sa katunayan, kahit alam natin ang mga panunutunan nang Maylikha ngunit hindi natin nakikita ang hapdi na ibinibigay natin sa ating mga sarili sa paglabag sa mga ito, lalabagin pa rin natin marahil ang mga ito. Bakit? Dahil sa ating paniniwala na ang buhay ay mas magiging kasiya-siya bilang isang egoista.

Si Baruch Ashlag, anak ni Yehuda Ashlag na isa ring dakilang Kabbalista, sa kanyang sarili, ay isinulat sa isang notebook ang mga salitang kanyang narinig mula sa kanyang ama. Ang notebook kinalaunan ay inilathala sa ilalim nang titulong *Shamati* (I Heard). Isa sa kanyang mga naisulat, kanyang isinulat na kung tayo'y nallikha ng isang Mataas na Puwersa, bakit hindi natin natin nararamdaman ang puwersang ito? Bakit ito nakatago? Kung alam natin kung ano ang gusto Nito para sa atin, hindi tayo makagagawa nang mga pagkakamali at hindi tayo magdaranas nang kaparusahan.

Gaano kasimple at kasaya ang magiging buhay kung ang Maylikha ay naihahayag! Hindi tayo magkakaroon nang pagdududa sa Kanyang pag-iral at makikilala natin ang Kanyang pag-gabay sa atin at sa buong mundo. Malalaman natin ang dahilan sa ating pagkaka-likha, makikita natin ang Kanyang reaksyon sa ating mga pagkilos, makikipag-usap sa Kanya at mahihingi ang Kanyang payo bago tayo kumilos. Anong ganda at napaka-simple ang magiging buhay!

Tinapos ni Ashlag ang kanyang mga naiisip sa di-maiiwasang konklusiyon: Ang ating tanging dapat nilalayon sa buhay ay upang mahayag ang Maylikha.

Sa Kabanata 6, ating sinabi na ang kabuuan nang Kalikasan ay sumusunod lamang sa isang batas: Ang Batas ng Kasiyahan at Kasakitan. Sa madaling salita, ang bawat bagay na ating ginagawa, iniisip at binabalak ay naka-talaga alinman sa pagdaragdag nang ating kasiyahan o kaya'y mabawasan ang ating kasakitan. Ngunit dahil hindi natin namamalayan na tayo'y pinag-haharian nang mga puwersang ito, *inaakala* natin na tayo'y malaya.

Datapwat upang maging tunay na malaya, dapat muna tayong makalaya mula sa mga riyenda nang batas nang kasiyahan at kasakitan. At dahil ang ating ego ay nagdidikta kung ano ang kasiya-siya at masakit, makikita natin na upang makalaya, dapat muna tayong makalaya mula sa ating mga ego.

PAGKAKUBLI – ISANG KAHINGIAN PARA SA MALAYANG PAGPILI

Ang kakatwa, ang tunay na kalayaan ay posible lamang kung ang Maylikha ay nakakubli. Ito ay dahil kung ang isang pagpipilian ay malinaw na kaakit-akit, ang ating egoismo ay hindi na tayo bibigyan nang pagpipilian kundi piliin ito. Sa ganoong usapin, kahit piliin nating magkaloob, gagawin natin ito upang tumanggap--makasariling pagbibigay. Para ang isang pagkilos ay maging totoong altruistiko at espiritwal, ang pakinabang dito ay dapat nakatago sa atin.

Kung isasaisip natin na ang buong layunin ng Paglikha ay upang sa huli, tayo'y mapapalaya mula sa egoismo, ang ating mga pagkilos ay palaging magdadala sa atin sa tamang direksiyon--tungo sa Maylikha. Kaya kung mayroon tayong dalawang pagpipilian at hindi alam kung alin sa mga ito ang magbibigay sa atin nang mas maraming kasiyahan (o mas kaunting kapaitan), kung gayon, mayroon tayong tunay na pagkakataon upang makagawa ng malayang pagpili.

Kung ang ego ay walang nakikita na magandang pagpipilian, maaari tayong pumili ayon sa kakaibang sukatan nang kahalagahan. Halimbawa, maaari nating tanungin ang ating mga sarili hindi nang "anong pagkilos ang magbubunga nang higit na kasiyahan para sa atin," at sa halip pag-isipan na "ano ang mas mapagbigay?" Kung ang pagbibigay ay isang bagay na ating minamahalaga, ito'y madaling magagawa.

Tayo ay maaaring maging alinman sa dalawa, egoistiko o altruistiko, na nag-iisip nang ating mga sarili o nag-iisip nang iba. Walang nang iba pang pagpipilian. Ang kalayaan sa pagpili ay posible kapag ang dalawang pagpipilian ay malinaw na nakikita at kapwa nakaka-akit (o hindi kaakit-akit). Kung ang aking nakikita ay isa lamang pagpipilian, kailangang piliin ko ito. Kaya upang makapamili nang malaya, kailangang nalalaman ko ang aking sariling katangian at ang katangian nang Maylikha. Ang talagang malayang pagpili ay nangangahulugan na hindi ko nalalaman kung ano ang mas kasiya-siya; tanging sa ganitong paraan lamang na mapapawalang-bisa ang aking ego.

PAGSASAKATUPARAN NG MALAYANG PAGPILI

Ang unang prinsipyo sa gawaing espiritwal ay "pananampalataya sa ibabaw ng katwiran." Kaya bago natin pag-usapan ang pagsasakatuparan nang maayang pagpili, kinakailangan muna nating ipaliwanag ang Kabbalistikong kahulugan nang "pananampalataya" at "katwiran."

Kabanata 7: Ang apat na Salik ng Ating Pagkatao

PANANAMPALATAYA

Sa lahat halos ng bawat relihiyon at sistema nang paniniwala sa mundo, ang pananampalataya ay ginamit bilang kasangkapan upang mapunuan ang anumang hindi natin nakikta at malinaw na nararamdaman. Sa madaling salita, dahil hindi natin nakikita ang Diyos, kailangan nating paniwalaan na Siya ay umiiral. Sa usaping ito, ginagamit natin ang pananampalataya bilang kapalit nang ating kakulangan na makita ang Diyos. Ito ay tinatawag na "bulag na pananampalataya."

Ngunit ang pananampalataya ay ginagamit hindi lamang sa relihiyon, kundi maging sa halos bawat bagay na ating ginagawa. Paano natin nalalaman, halimbawa na ang Daigdig ay bilog? Lumipad na ba tayo sa kalawakan upang tingnan ito para sa ating mga sarili? Pinaniwalaan natin ang mga siyentipiko na nagsabi sa atin na ito'y bilog dahil tintingnan natin ang siyentipiko na mapagkakatiwalaang mga tao nang sinabi nila na napatunayan nila ito. Pinaniwalaan natin sila; ito'y pananampalataya.

Ngunit ito'y bulag na pananampalataya. Saanman at kailanman na hindi natin nakita para sa ating mga sarili, ginagamit natin ang pananampalataya upang mapunuan ang nawawalang mga piraso nang larawan. Ngunit ito'y hindi matibay na impormasyon--ito ay bulag na pananampalataya.

Sa Kabbalah, ang pananampalataya ay eksaktong kabaligtaran nang kung ano ang ating pa lang inilarawan. Ang pananampalataya sa Kabbalah ay isang konkreto, malinaw, ganap, di-mababasag at di-mapapabulaanang pananaw sa Maylikha, Kalikasan--ang naghaharing batas sa buhay. Samakatwid, ang tanging paraan upang makamit ang pananampalataya sa Maylikha ay maging eksaktong katulad Niya. Kung hindi, paano natin malalaman nang walang pag-aalinlangan kung sina talaga Siya, o na Siya'y talagang umiiral man lang?

KATWIRAN

Ang Webster na diksiyonaryo ay nagbigay nang dalawang pakahulugan sa salitang "katwiran." Ang unang pakahulugan ay "sanhi," ngunit ang pangalawang pakahulugan ang ating interes. Ang katwiran ayon sa Webster ay may tatlong ibig sabihin:

1) Ang kapangyarihang umintindi, magpahiwatig, o mag-isip laluna sa maayos at makatwirang pamamaraan;
2) Maayos na pag-gamit nang pag-iisip;
3) Ang suma total nang lakas nang katalinuhan.

Bilang paghahalintulad, ang Webster ay ibinigay itong iba pang pakahulugan: katalinuhan, pag-iisip at lohika.

Kabanata 7: Ang apat na Salik ng Ating Pagkatao

Ngayon ating basahin ang ilan sa mga malalim na salita ni Kabbalistang Baruch Ashlag ay isinulat sa isang liham sa isang estudyante, na nagpapaliwanag sa "pagka-kawing nang kautusan" nang Paglikha. Ito'y maglilinaw bakit kinakailangan nating umangat sa katwiran.

"Ang pagnanais na tumanggap ay nalikha dahil ang layunin ng Paglikha ay upang gumawa nang mabuti para sa Kanyang mga nilikha, at para sa ganitong layunin mayroon dapat na sisidlan upang tumanggap nang kasiyahan. Dahil imposibleng makaramdam nang kasiyahan kung walang pangangailangan sa kasiyahan, sapagkat kung walang pangangailangan, walang kasiyahan na mararamdaman.

Ang pagnanasang tumanggap ay ang kabuuan nang tao (Adam) na nilikha ng Maylikha. Kapag ating sinabi na ang tao ay pagkakalooban nang walang hanggang kagalakan, tinutukoy natin ang pagnanasang tumanggap na tatanggap nang lahat ng kasiyahan na binalak ipagkaloob ng Maylikha dito.

Ang kaloobang tumanggap ay binigyan nang mga tagapag-silbi upang ihain ito. Sa pamamagitan nang mga ito, matatanggap natin ang kasiyahan. Ang mga tagapag-silbing ito ay ang mga kamay, paa, ang paningin, ang pandinig, atbp. Lahat ng mga ito ay itinuturing na ating mga tagapag-silbi. Sa madaling salita, ang kaloobang tumanggap ay ang amo at ang mga bahaging organo ay ang mga tagapag-silbi nito.

At tulad nang kadalasang nangyayari ang mga katulong ay mayroong isang tagapamahala sa kanila na nagmamatyag sa mga tagapag-silbi nang amo, na tumitiyak na sila'y gumagawa para sa hangad na layunin nang paghahatid ng kasiyahan, dahil ito ang kagustuhan nang amo--nang kaloobang tumanggap. At kung ang isa sa mga katulong ay absent, ang kasiyahan kaugnay sa katulong na iyon ay wala rin. Halimbawa kung ang isa ay bingi, siya ay hindi makakapakinig nang musika. At kung ang isa ay walang pang-amoy, siya ay hindi masisiyahan sa halimuyak nang pabango.

Ngunit kung ang isang utak ay nawawala (ang superbisor ng mga katulong) na tulad nang foreman na nagmamatayag samga manggagawa, ang buong negosyo ay babagsak at ang may-ari ay malulugi. Kung ang isa ay may negosyo na maraming mga empleyado ngunit walang mahusay na manager, ang isa'y maaaring malugi sa halip na tumubo.

Subalit, kahit walang manager (katwiran), ang amo (ang kaloobang tumanggap) ay naririyan pa rin. At kahit ang manager ay mamatay, ang amo ay mabubuhay pa rin. Ang dalawa ay hindi magka-ugnay.

Lumilitaw, kung gusto nating magapi ang kaloobang tumanggap at maging altruistiko, kailangan muna nating mapangibabawan ang "chief of staff" nito--ang ating pinaka-sariling katwiran! Kaya ang "pananampalataya sa ibabaw nang katwiran" ay nangangahulugan na ang pananampalataya-ang pagiging katulad nang Maylikha--ay dapat makapangibabaw (magawang higit na mas mahalaga kaysa) sa katwiran--sa ating egoismo.

At ang daan upang makarating doon ay dalawa: Sa personal na antas, ito'y sa pag-aaral at paghahanap ng isang sirkulo ng mga kaibigan na tutulong na gumawa nang isang kapaligiran sa lipunan na magtutulak nang kahalagahan nang espiritwal na mga pag-asal. Sa pang-kolektibong antas, ong ito'y mangangailangan na ang lipunan sa kabuuan ay matutong pahalagahan ang altruistikong mga pag-uugali.

APPENDIXES

Appendix One

Mga Kadalasang Katanungan

ANO ANG KARUNUNGAN NG KABBALAH?

Ano ang Kabbalah?

Ang Kabbalah ay hindi isang pagsasaliksik na teoretikal. Ito ay isang praktikal na pamamaraan na sinadya upang makatulong sa bawat sandali nang ating mga buhay. Sa pamamagitan nang Kabbalah ang isa'y matutuklasan ang kinabukasan, ang nakaraan, ang katangian nang isang tao noong siya ay unang tumuntong sa mundong ito, makailang buhay na ang nakalipas, at ang kahabaan pa na kailangan niyang lakbayin.

Sa pagtanaw sa "magkabilang dulo ng lubid," ang mga Kabbalista ay nauunawaan kung ano ang gagawin upang magkaroon ng kapakinabangan ang kanilang buhay at ang atin, at kung paano pinaka-mainam na magagawa ito. Ang mga Kabbalista ay nakikita rin ang mga puwersang gumagalaw sa kanila sa bawat sandali, tulad nang kung bakit ang isa'y kailangang pakasalan ang isang partikular na indibidwal, o kung bakit ang mga batang anak nang isa'y may mga pag-uugaling ganoon o ganito.

Appendix 1: Mga Kadalasang Katanungan

Tungkol saan ang karunungan nang Kabbalah?

Ang karunungan nang Kabbalah ay bumabalot sa kabuuan nang reyalidad sa ilalim ng Maylikha: ang mundo, ang lahat ng bagay sa loob nito, ang pagbaba ng kaluluwa sa mundong ito, at ang pagbabalik nito patungo sa itaas. Sa madaling salita, ang karunungan nang Kabbalah ay kinapapalooban nang lahat estado at sitwasyon nang sangkatauhan.

Ang lahat nang mga mundo, kabilang ang sa atin, ay nakatindig nang nasa ibabaw nang isa pa. Ang Liwanag ay lumilitaw mula sa Maylikha at nilalakbay ang lahat ng mundo pababa sa mundong ito. Kaya bawat isang elemento na nasasa mundo ng Adam Kadmon ay nasasa lahat nang ibang mundo rin. Ang mga Kabbalista ay inilarawan ang ugnayang ito bilang "ugat at sanga."

Sa kanyang sanaysay na "Ang buod ng Karunungan ng Kabbaalah," inilarawan ni Baal HaSulam ang ugnayan ng ugat at sanga sa sumusunod na paraan: "Kaya walang anumang bagay ng reyalidad o pangyayari na matatagpuan sa mababang mundo na hindi ninyo makikita ang kahawig sa mundo sa ibabaw nito, na tulad nang pagkakatulad nang dalawang patak ng tubig sa isang lawa, at ang mga ito'y tinatawag na 'Ugat at Sanga.' Ito'y nangangahulugan na yaong bagay na iyo na natagpuan sa mababang mundo ay itinuturing na isang sanga nang pattern nito sa mataas na mundo, na bilang ugat nang mababang bagay, dahil dito kung saan yaong bagay na iyon ay naimprenta at nagawa na ganoon.

Kaya ating makikita na bawat elemento at detalye sa mundong ito, kasama ang lahat ng mga ugnayan ay umiiral din sa lahat ng Mataas na Mundo, magmula sa *Assiya* at *Adam Kadmon*.

Ang sanlibutan, ang Planetang Daigdig, ang nakapirmi, halaman, haylop, at nag-iisip/nagsasalita na mga likha ay matatagpuang lahat sa mga mundo sa ibabaw ng mundong ito rin. Mayroon lamang isang tanging pagkakaiba sa pagitan nang mga elemento nang mundong ito at mga elemento nang Mataas na Mundo. Sa Mataas na Mundo, ang mga elemento ay mga puwersa, at sa ating mundo, ang mga ito'y materya.

Gamit ang Kabbalah, magagawa nating matamo ang Mataas na Mundo at tuklasin ang mga puwersang gumagalaw sa bawat bagay sa mundong ito. Kapag natamo natin ang antas na ito, tayo'y makakarating upang malaman ang sistema nang pagkilos nang bawat elemento nang reyalidad nang mundo, ang mga katangian nito, at ang mga sanhi nang pagkilos nito. Ang karunungan nang Kabbalah pabibilisin ang ating pag-angat sa Mataas na Mundo at hahayaan tayo na mamasdan ang bawat pagkilos nang bawat bagay sa ating mundo mula sa ibabaw.

Ano ang pinagmulan nang pangalan ng *The Book of Zohar*?

Ang ibig sabihin ng *Zohar* ay "Kinang," tulad nang nasusulat sa aklat ng *Ang Aklat ng Zohar*, "ang matuwid ay nakaluklok nang may putong na korona sa kanilang mga ulo, at nagagalak sa Kinang nang Kabanalan." Ayon sa *Ang Aklat ng Zohar*, ang pakiramdam sa Mayikha (ang Liwanag) ay tinatawag na "Kabanalan." Sa alinmang lugar kung saan ang mga aklat ng Kabbalah ay nagsasabi na, "kaya nasusulat sa aklat..." sila'y parating tumutukoy sa *Ang Aklat ng Zohar*. Lahat nang iba pang mga aklat ay tila hindi itinuturing na "aklat" dahil ang salitang "aklat" (Sefer sa Hebreo) ay nanggaling sa salitang *Sefira*, na nanggaling sa salitang "sapphire," sapiro, ang paghahayag (nang Liwanag, ang Maylikha). At ito'y matatagpuan lamang sa *Ang Aklat ng Zohar.*

May mga taong nagdurusa sa buong tanang ng kanilang mga buhay...bakit ganito at bakit nga naman may pagdurusa?

Bawat isa ay nagdurusa sa lahat ng sandali. Ang sangkatauhan sa pangkalahatan ay matagal nang nagdurusa sa kabuuan nang kanyang kasaysayan. Ang tao ay nabuhay at namatay nang wala kailanmang naunawaan sa tunay na dahilan sa kanilang kasakitan. Ang hapdi ay maiipon at darating sa isang antas bago natin matutuklasan ang mga kadahilanan sa mga ito, at sino o ano ang mga responsable dito.

Ang karunungan ng Kabbalah ay isang paraan na tumututok sa usapin nang pagdurusa nang sangkatauhan at paano ito malulutas. Sa kabuuan, ang uring nilalang ay nakakalap na nang sapat na kasakitan upang magsimulang magtanong tungkol sa mga kadahilanan nito. Sa katunayan, ito ang dahilan kung bakit ang mga Kabbalista ay binuksan na ang karunungan ng Kabbalah para sa lahat.

ANO ANG ESPIRITWALIDAD?

Paano magagawa ang pagkilala sa pagitan ng korporyal at espiritwal?
Ang espiritwal ay walang pasubali na yaong hindi "para sa akin," kundi tanging "para sa Maylikha," na kapag ang kalalabasan nang pagkilos ay walang kinalaman anupaman sa kanya na gumagawa nito, kahit hindi tuwiran.

Ano ang "punto ng puso," at mayroon ba tayong lahat nito?

Bawat nilalang ay mayroong punto ng puso, ngunit maraming tao ay hindi pa ito nararamdaman dahil hindi pa sila "gumulang" o naghinog nang sapat upang maramdaman ito. Sa panahon nang pag-inog nang ating buhay, dumarating tayo sa isang sitwasyon kung saan ang punto ng puso ay nahahayag. Sa ganoong katayuan, nagsisimula nating maramdaman ang isang pagnanais sa espiritwalidad, para sa Isang Nakatataas. Ito ang tinatawag na "punto ng puso."

Ano ang pagkakaiba sa pagitan nang mundong ito at nang espiritwal na mundo?

Ang mundong ito ay ang pinaka-mababang antas na natatamo nang isang Kabbalista. Ito ang eksaktong kabaligtaran ng Maylikha at tinaguriang "ang pagkakatapon sa Egypt." Ang natural na kapangyarihan na kumikilos sa atin ay hindi tayo hinahayaan na gawin ang anumang bagay kung hindi para sa ating mga sarili. Ang katayuang ito ay tinawag na "estado ng Pharaoh."

Appendix 1: Mga Kadalasang Katanungan 199

Ang ating egoismo ay hindi tayo hinahayaang maramdaman ang mabunying, perpektong katayauan. Ito ang egoism, ang nasa loob na masamang puwersa ng tao na tinawag na "Pharaoh," na ang Torah (Pentateuch) ay binanggit nang may kahabaan. Ang lakas na na nagpalaya sa atin mula sa katayuang iyon at nagpatanggap sa atin sa espiritwal na mundo ay tinawag na "Moses." Ang Pharaoh, Moses, at lahat nang nasulat sa tungkol sa Exodus ay naglarawan nang espiritwal na mga katayuan at emosyon na tayong lahat ay naranasan sa ilang yugto nang ating paglago sa espiritwalidad.

ANG PAGHAHAYAG NG MAYLIKHA

Ang Maylikha ba ay umiiral?

Ang Kabbalah ay pinag-aaralan nang bukod tangi upang maramdaman at makita ang Maylikha. Ang bawat isa ay matutuklasan at mararanasan Siya. Sa sandaling matuklasan lamang natin ang Maylikha, maaari nating masabi na Siya ay umiiral, dahil sa gayon, malalaman natin para sa ating mga sarili mismo.

Ang pagtutuklas sa Maylikha ay posible lamang batay sa hangganan nang pagkakatulad nang mga katangian sa Maylikha. Kung magagawa nating maramdaman ang Maylikha ngayon, Tayo'y magiging mga Kabbalista.

Kung ang Pharaoh ay mayroong mga pari na nakayang magawa kung ano ang nagawa ni Moses at higit pa, paano ko malalaman na ang Maylikha ay mas mahusay kay Pharaoh?

Mayroon lamang isang kapangyarihan: ang Maylikha. Naiimpluwensiyahan Niya tayo sa maraming mga kaparaanan, sa pag-gamit nang mga magkakatunggaling puwersa. Sa ganitong paraan, hinugis Niya tayo, pinakikilos sa sari-saring paraan, lumilikha nang mga iba't-ibang reaksyon. Bilang resulta, nagkakaroon tayo nang isang pagtingin sa Liwanag at tungo sa kadiliman, at sa dakong huli, mauunawaan ang kahulugan nang pagbibigay at pagtanggap.

Ang nalikhang pagnanasa sa kabuuan nito, na kapantay nang kadakilaan nang Maylikha, ay tinawag na "Pharaoh." Kapag ang isa ay isinilang, siya'y tumatanggap lamang nang isang maliit na hangarin, at pakonti-konti natutuklasan ang kanyang panloob na Pharaoh. At sa hangganan na ang isa'y mapapangibabawan ang Pharaoh, magagawa nang isang maka-angat sa espiritwalidad.Ang pagkakaiba sa pagitan nang Maylikha at Pharaoh ay hindi sa kanilang kapangyarihan, kung hindi sa kanilang layunin. Kung ito'y "para sa akin," ito ay Pharaoh; kung ito'y para sa Maylikha, ito ang pagtatapos nang pagwawasto.

Appendix 1: Mga Kadalasang Katanungan

Ano ang pag-ibig, ang pagmamahal?

Ang pag-ibig ay isang resulta nang pagkakatulad nang panloob na mga pag-uugali, ibig sabihin mga katangian. Sa Kabbalah, mayroon lamang isang batas: "ang batas nang pagkakatulad nang anyo, mga katangian at mga pagnanais." Kung ang dalawang espiritwal na bagay ay magkapantay sa kanilang mga katangian, sila'y mag-kakaisa. Hindi ito nangangahulugan na mula sa pagiging dalawa, sila ngayo'y naging iisa, sa halip, ibig sabihin na sila'y tulad nang iisa. Bawat bagay na nangyayari sa isa sa kanila ay kaagad na nararanasan at napagyayaman ang isa pa.

Ang "pag-ibig" ay yaong magkatuwang na pakiramdam na ang dalawang magkahiwalay na bagay ay naibabahagi sa pagitan nila, kapag mayroong lubos na pagkakapantay sa kanila (maging sa dalawang tao, o ang Maylikha at ang nilalang). Ang pag-ibig ay ang pakiramdam nang pagkakatulad nang espiritwal na mga katangian. Ang pagkakalayo nang mga katangian at mga pagnanais ay naglalayo sa mga tao sa isa't-isa, maging hanggang sa pagkamuhi.

Ang pagkakabit-kabit nang mga pagnanais, kaisipan at mga katangian (na sa katunayan ay pareho, dahil ang mga katangian ang nagtatakda nang kaisipan at mga pagnanais), ay pinaglalapit ang mga tao, nagmamahalan at inuunawa ang isa't-isa. Sa sandaling ang isa'y makamit yaong pagkakatulad sa katangian nang Maylikha, ang isa'y natutuklasan din ang Maylikha at mamahalin Siya. Ang mga Kabbalista ay nagsasabi na ang pinaka-malaking kasiyahan sa mundo ay ang pakiramdam nang pagkakatulad sa anyo nang Maylikha.

ANG KABBALAH AY HINDI MISTISISMO

Paano ipinapaliwanag ng Kabbalah ang mga mala-himalang mga pangyayari tulad nang pagpapagaling at labas-sa-katawan na paglalakbay?

Ang Kabbalah ay binibigyan kayo nang kakayahan na maranasan ang espiritwal na mundo habang nasa mundong ito nang sabay. Ito'y tumutulong sa inyo upang maramdaman, makita, at maunawaan ang inyong espiritwal na paglago. Sa pag-aaral nito, matututunan ninyong makita ang inyong nakaraan, ang kasalukuyan at ang hinaharap, at inyong malalaman paano ninyo maipamumuhay ang inyong buhay nang may katalinuhan.

Ang mga supernatural o mala-himalang mga pangyayari ay hindi espiritwal. Ang mga ito ay natural at mga physiological na mga pangyayaring nagaganap ngunit ang mga tao ay walang kamalayan o malayo sa Kalikasan. Datapwat ang Kabbalah ay nagbabanggit ng espiritwal na katawan, kung ano ang nangyayari sa kaluluwa. Sa madaling salita ang Kabbalah ay nagsasabi tungkol sa pagbabago mula sa egoismo tungo sa altruismo--ang kalikasan nang Maylikha.

Appendix 1: Mga Kadalasang Katanungan

Anong agimat ang mainam para sa matagumpay na buhay?

Ang Kabbalah ay isang siyensya na may malinaw at tuwirang mga batas na dapat pag-aralan. Ito'y walang kinalaman sa mga agimat, mga biyaya, o iba pang mga bagay o mga ritwal na ginagawa sa pangalan nito. Ang mga maling pag aakala tungkol sa Kabbalah ay ikinubli sa mga tao at iniugnay sa mga puwersa nang mahika. Ang mga aklat ng Kabbalah ay malinaw na ipinaliwanag kung anong mga hakbang ang kailangan nating gawin upang maangkin ang tunay na espiritwal na kaalaman. At kasama nang kaalaman na inyong makakamit, inyong malalaman aling mga pagkilos ang mainam para sa inyo sa anumang sitwasyon na ibinigay.

Maraming kaparaanan at mga katuruan upang matamo ang espiritwalidad. Bakit pipiliin ang Kabbalah?

Ang pagkakaiba sa pagitan nang ibang mga katuruan at Kabbalah, sa aking pagkaunawa mula sa pananaw nang Kabbalah, ay ang mga iyon ay nakatindig sa pagpapawalang-bisa ng pagnanais o sa pinakamahina ay sa pagsugpo sa mga ito. Ang Kabbalah naman ay nagsasabi na ang Maylikha ay maaaring madama nang tiyakan sa pamamagitan nang pagpapahayag nang pagnanais para sa Kanya, sa pamamagitan nang pagpapalit nang layunin sa paggamit nito, at buong katiyakan na hindi sa pagpapawalang-bisa nito. Hindi Siya madarama sa pagpapawalang-bisa ng pagnanais upang matuklasan Siya.

Ang Kabbalah ba ay isang mistikong karanasan?

Ang Kabbalah ay hindi isang mistikong karanasan. Ito ay isang kapaliwanagan ng isang sistema nang mga batas ng kalikasan, kung saan tayong lahat ay bahagi, na dapat nating matutunan na gamitin para sa ating kapakinabangan. Ang mga batas na ito ay aktibo sa lahat ng antas ng Kalikasan--nakapirmi, halaman, mga hayop, at nagsasalita/nag-iisip. Samakatwid kapag ating natuklasan ang mga ito, makakaya nating mapaunlad ang lahat nang bahagi ng ating mundo, mula sa nagbabagong klima hanggang sa mga balangkas ng lipunan.

PAG-AARAL NG KABBALAH

Ang pag-aaral ba nang Kabbalah ay nangangahulugan na dapat akong tumiwalag sa pang-araw-araw na buhay?

Walang kahingian na mag-ayuno o pahirapan ang iyong sarili. Ang isa ay hindi kinakailangan na iwanan ang pag-araw-araw na buhay o isantabi ang mga obligasyon sa pamilya. Hindi rin kailangan lumutang sa hangin o mag-praktis ng mga klase ng paghinga upang makatamo nang kapanatagan.

Sa kabaligtaran, ang mga mag-aaaral ay bunibuo ang kanilang mga ego at ibinabaling ang mga ito na maging sisidlan na tutulong sa kanila upang matamo ang mabunying layunin--ang madama ang Maylikha. Sa pag-aaral nang Kabbalah at pag-unawa paano gumagalaw ang Mataas na Mundo, ang

Appendix 1: Mga Kadalasang Katanungan

isa'y dapat nasa sentro ng mundong iyon at kikilos mula sa loob nito. Samakatwid, ang isa'y dapat magpatuloy sa paggawa nang kanyang lahat na mga responsibilidad. Ang pagtatamo ng espiritwal na katotohanan ang isa ay dapat nasa kanyang korporyal na pandama at matamang naka-ugnay sa isang normal na buhay.

Saan at paano ipinapakita ang kalayaan sa pagpili? Eksaktong kailan na ang isang tao ay pumipili at ano ang dapat niyang piliin?

Ang mga pagpipilian sa ating buhay ay lumiliit sa ating pagkakatuklas kung ano ang nagtulak sa atin upang mag-aral ng Kabbalah. Bukod sa pag-aaral ng Kabbalah, ang iba pang mga pinupursigi ay maituturing na "mala-hayop," dahil ang mga ito'y panandallian at mapapaso sa sandaling ang katawang tao ay mamatay. Bilang taong nilalang, mayroon tayong kalayaan nang pagpili lamang sa ating desisyon na mag-aral nang Kabbalah. Mayroong tatlong kadahilanan na nagtutulak sa atin upang mag-aral ng Kabbalah:

1. Gantimpala at kaparusahan sa mundong ito;
2. Gantimpala at kaparusahan sa kasunod na mundo;
3. Pagkakaloob sa Maylikha, sa sandaling tayo'y itinulak nang pagnanais na maging katulad nang katangian nang Maylikha na pagkakaloob.

Nag-aaral tayo ng Kabbalah bilang isang daan upang matamo ang pinakamatayog na altruistikong layunin: ang magkaloob sa Kanya na lumikha sa atin.

Sa ganitong tatlong kadahilanan, ang espiritwalidad ay mas mataas kaysa sa atin. Hindi natin magagawang makumbinsi ang ating mga katawan na magbigay sa Maylikha dahil ang ating mga katawan ay kaagad babalikwas nang katanungan na, "Ano ang mapapala ko dito?" Sa pinakalikas na katangian nito, ang katawan (na sa Kabbalah ay inilarawan na "ang pagnanasang tumanggap") ay hindi mauunawaan ang pagkakaloob.

Kaya wala tayong pagpipilian kundi hilingin sa Maylikha na bigyan tayo nang pagnanais at kaloobang magkaloob, upang kumilos at mag-isip nang walang pagsasalang-alang kung at paano ito magiging kapaki-pakinabang para sa atin. Kung ating itutuon ang ating pag-iisip at pagnanais sa pagtatamo noong pag-uugali, ang Maylikha ay babaguhin ang ating korporyal na kallikasan at papalitan nang isang espiritwal.

Pagkatapos, sa kabaligtaran noong hindi natin maunawaan ang posibilidad nang paggawa para sa iba, ngayon hindi naman natin maiintindihan ang hindi paggawa para sa Maylikha.

Nang aking tangkain na basahin ang The Book of Zohar, nakita kong napakahirap nitong maintindihan. Ito ba ay dahil sa akin o talagang mahirap na magagap ang aklat na ito?

Ang Aklat ng Zohar ay isang napakahalagang Kabbalistikong aklat, ngunit ito'y nasusulat sa isang nakakubling paraan, kaya naging mahirap itong

Appendix 1: Mga Kadalasang Katanungan

maunawaan hanggang ang isang tao ay makarating sa espiritwal na mundo. Dahil doon, iminumungkahi na hindi natin simulan itong pag-aralan nang diretso mula sa *Ang Aklat ng Zohar*. Sa halip mayroong mga pambungad at mga aklat ni Baal HaSulam na magtuturo sa atin kung ano ang nasusulat sa *Ang Zohar*.

Ang Aklat ng Zohar ay hindi isang aklat kung saan ang isa ay makapagtatamo nang espiritwalidad; ito'y isinulat para doon sa mga nakapagtamo na nito. Upang maunawaan ito nang tumpak, kailangan muna nating pag-aralan ang ilang mga sulatin, tulad nang "Paunang-Salita sa Karunungan ng Kabbalah," "Pambungad sa Aklat ng Zohar," "Paunang-Salita sa Aklat ng Zohar," "Panimulang-Salita sa Ang Aklat ng Zohar." Kung walang panimulang malinaw at wastong kaalaman gamit ang mga pambungad na mga iyon, ang aklat ay mananatiling malabo sa atin.

Kamakailan, mayroong mga nagsimulang lumitaw na mga grupong nag-aaral ng Kabbalah. Makakatulong ba kung susuriin ang mga ito?

Palaging kapaki-pakinabang ang magsaliksik, kahit isang beses lang yaong mga nag-aaral at paano nila pinag-aaralan ang Kabbalah. Makakatulong din ito na makilala ninyo ang inyong sarili. Kaya aking ipapayo ko sa inyo na suriin ninyo ang mga bagay at magdesisyon kung ito ay makakabuti sa inyo.

Mayroon bang pagkakaiba ang pag-aaral ng Kabbalah sa pagitan ng lalaki at babae?

Ang lalaki at babae ay dapat umunlad sa espiritwal at ang tanging pagkakaiba sa pagitan nila ay nasasa pamamaraan. Ang panimula nang proseso nang pag-aaral ay pareho. Kaya ang ating pambungad na mga kurso ay nagtataglay nang parehong pamamaraan para sa lalaki at babae. Kinalaunan, kung ang isang tao ay lumalim sa pag-aaral ng aktwal na Kabbalah, ang pagkakaiba sa pamamaraan ay nagiging mas malinaw. Ang lalaki at babae ay magsisimulang madama ang daigdig nang may pagkakaiba, dahil ang lalaki at babae sa katunayan ay totoong dalawang magkaibang mga mundo at may pagkakaibang pananaw sa paglikha.

Ano ang ibig sabihin nang mga Kabbalista sa salitang "pagtatamo?"

Sa Kabbalah, ang pag-unawa sa Isipan ng Paglikha--ang pinakamalalim na antas nang pang-unawa--ay tinatawag na "Pagtatamo." Sa ibang pananalita, ang pagtatamo ay ang ultimong antas nang pang-unawa. Ang pagtatamo nang isang estado (o antas) ay nagangahulugan na inyong nakita ang bawat isang elemento sa estadong iyon.

Ano ang panalangin?

Ang ating nararamdaman sa ating mga puso ay mga panalangin. Ngunit ang pinaka-malakas na panalangin, tulad nang isinulat ni Baal HaSulam, ay ang nararamdaman nang isang tao sa kanyang puso habang nag-aaral, ang pagnanasang maintindihan ang pinag-aaralan na materyal, ibig sabihin upang maitugma ang kanyang mga katangian sa kung ano ang kanyang pinag-aaralan.

Sapagkat ang lahat ng bagay ay naitakda mula sa Itaas, saan nagkakaroon ng kalayaan sa pagpili?

Ang tanging kalayaan nang tao ay sa pagpili nang kapaligiran, ang lipunan na nakaka-apekto sa atin. Mababasa ninyo ang tungkol dito sa sanaysay ni Baal HaSulam na "Ang Kalayaan." Ang landas ng bawat isa ay ganap na naitakda. Ang tanging landas na dapat tunguhin ay pasulong, ibig sabihin patungo sa Maylikha. Nais nating gawin ito nang ating mga sarili, ngunit kung hindi natin gagawin, ang Kalikasan ay pupuwersahin tayo na magnais na umunlad.

Kung ang Maylikha ay ginawa ang Paglikha upang bigyang kasiyahan ang Kanyang nilikha, bakit pinagkakaitan Niya tayo ng kasiyahan?

Hindi ang Maylikha ang nagkakait sa atin nang kasiyahan. Ang dahilan kaya tayo nagdurusa ay dahil sa kabaligtaran natin sa Kanya. Siya ay lubusang kabutihan, at kapag nais nating maging katulad noon, tayo rin ay makikita natin na ang Kanyang lahat nang ginagawa ay biyayaan tayo nang kasaganaan at kasiyahan. Subalit hanggang tayo'y kabaligtaran Niya, hindi natin matatanggap yaong mga kasiyahang iyon dahil tayo'y hiwalay sa Kanya.

Sino ang maaaring mag-aral nitong karunungan?

Noong si Rav Kook ay tinanong sino ang pinapayagang mag-aral ng Kabbalah, kanyang sinabi na: "Sinuman ang may pagnanais." Kung ang isang tao ay talagang gustong mag-aral, ito'y palatandaan na siya ay handa na.

KATAWAN, KALULUWA, AT RE-INCARNATION (muling pagkabuhay)

Ang Maylikha ba ay may katawan?

Hindi lamang ang Maylikha ay walang katawan, maging tayo ay, ang likha ay wala ring katawan. Ang isang nilikha ay hindi isang korporyal, pisikal at biological na katawan, bagkus isang lantay na pagnanasa na matitigib nang Liwanag ng Maylikha. Ang pagnanasang ito ay umiiral sa bawat isa sa atin, at ito yaong tinatawag nang mga Kabbalista na "isang kaluluwa."

Appendix 1: Mga Kadalasang Katanungan

Ang kaluluwa ay nahahati sa mga bahaging ipinangalan sa mga bahagi ng katawan. Datapwat walang kuneksyon sa pagitan nitong mga bahagi at mga bahagi nang kaluluwa na pinangalanan nang mga bahagi nang ating katawan. Ang mga Kabbalista ay nakakita lamang nang paraan upang ilarawan ang mga konsepto sa espiritwal na mundo gamit ang mga salita sa mundong ito. Ginagamit nila ang mga salita sa mundong ito upang ilarawan ang kapangyarihan nang espiritwal na mundo, na siyang ugat at pinagmulan nang mga bagay na ito. Ang mga puwersang ito ay hindi maipapakita maliban sa pamamagitan nang lenggwahe nang mga ugat at sanga.

Anong ibig sabihin nang pagpapalaganap ng Kabbalah?

Ang sangkatauhan ay nagkakamit nang kaalaman tungkol sa sarili nito at nang mundo sa pagsasaliksik sa sarili nito at kapaligiran nito.

Lumilikha tayo nang mga pantasya sa mga bagay na hindi natin nauunawaan, ngunit nais natin. Ang mga ito ay nakabatay sa pagkakahawig, haka-haka, at mga sapantaha galing sa mga alam na natin. Ngunit kahit paano nating pilitin, hindi natin magagawang magsapantaha nang isang bahagi nang sanlibutan na hindi pa natin naranasan. Ang paghahawig ay hindi rin makakatulong dahil ang ating mga pandama ay hindi pa nakaranas nang anumang bagay na katulad nito.

Ang Kabbalah ay lumilkha o mas tama, ay nagpapalago nang isang bagong pandama sa atin. Sa pamamagitan lamang niyon magiging malinaw na ang pantasya ay hindi makakatulong sa atin na maramdaman ito.

Hindi magagawang maipa-abot ang ganitong mga damdamin sa iba na kulang sa ganitong pandama. Kung ang isa'y may ganitong pandama, maaari niyang maibahagi ang espiritwal na pakiramdam ngunit hanggang doon lamang sa hangganan na ang pinapasahan ay nagkaroon na rin nang ganitong pandama.

Kaya sa isang banda, ang Kabbalah ay isang siyensya dahil nagkakaroon tayo nang isang pakiramdam sa kapaligiran at saliksikin ito gamit ang striktong maka-siyentipikong pamamaraan.Sa kabilang banda naman, ang Kabbalah ay naiiba sa lahat nang iba pang likas na pamamaraan, dahil imposibleng saliksikin ang mundong iyon kung hindi muna natatamo ang espesyal na pandama para dito. Tanging sa hangganan lamang na ang isa'y nararamdaman ang mundong iyon, na ang isa'y magsisimulang maramdaman at mahiwatigan ang mga bagay nang may pagkakaiba.

Ang isang hindi nararamdaman ito ay hindi makakayang mawari ito. Ang kahulugan at layunin sa "pamamahagi nang Kabbalah" ay upang dalhin ang lahat ng tao na maramdaman ang pangangailangang mapaunlad ang kanilang mga kaluluwa at maranasan ang espiritwal na mundo sa mga sarili

Appendix 1: Mga Kadalasang Katanungan   213

nila. Ang pagbabahagi nang Kabbalah ay nagbibigay sa atin nang isang pamamaraan para sa ganitong pag-unlad, at nagtuturo sa atin paano gagamitin ang bagong natagpuang pamamaraan. Kaya ito ang dahilan kung bakit ang Kabbalah ay isang espesyal na siyensya at hindi relihiyon.

Nasusulat sa Haggada (ang tekstong binabasa sa gabi ng Passover) na ang Pharaoh ay ginawang mapalapit ang Israel sa Maylikha. Paanong ang isang negatibong puwersa ay kumilos para sa Maylikha at laban sa sarili nito?

Ang Pharaoh ay isang puwersa nang Maylikha. Ito ay isang mabuting puwersa na nag-aanyo nang negatibong hugis sa atin, tulad nang nasusulat, "Dalawang anghel ang naghahatid sa tao sa layunin--ang 'mabuti' at 'masama.'"

Ang buong karanasan ng pag-unlad sa Kabbalah ay patungkol sa pagkakamit nang mga bagong puwersa nang pagkakaloob. Kung tayo'y mayroon lamang mabuting pagkahilig, hindi natin magagawang umunlad. Ang Pharaoh, ang masamang pagkahilig, ay hinahayaan tayong tumungo mula rito sa mas malaking mga pagnanais para sa kasiyahan, maiwasto ang mga ito ay sa gayon umangat pa nang mas mataas.

Samakatwid mahalaga rito na maintindihan ang Pharaoh bilang isang Puwersa ng Maylikha na ipinadala sa atin upang matulungan tayo. Ang Pharaoh ay nagsusulong sa atin sa pamamagitan nang pagpukaw nang pagnanais sa ating ego na sumulong at umunlad sa materyal na buhay. Sa dakong huli, unti-unti nating maiintindihan na ang materyal na pag-unlad ay hindi makapagbibigay sa atin nang anumang bagay, na ang tunay na pag-unlad ay espiritwal.

Kapag nasa ilalim nang impluwensiya nang Pharaoh, tayo'y nagsisimulang umunlad sa espiritwal, nagsasalliksik tayo sa espiritwal na mundo nang isang sisidlan na mapupuno nang pagnanais sa kasiyahan. Kaya ang ating sariling egoismo, ang Pharaoh, ay ang nagbubunsod na puwersa sa likod nang lahat ng bagay. Ito ay dahil hindi natin magagawang matanggap ang Mataas na Liwanag gamit ang ating kaloobang tumanggap nang wala ang ating intensiyon na magkaloob, na maging katulad nang Maylikha.

Sa halip magagawa lamang nating matamasa ang (mga napakaliit) na kasiyahan nang ating mundo, na sa sandaling mawala, ay iniiwan tayo sa pakiramdam na mas hungkag at lalong diskontento kaysa dati.

Si Pharaoh ay naghihikayat sa atin tungo sa espiritwalidad upang pagkatapos noon, sa sandaling natanggap natin ang espiritwal na kagalakan, kukunin niya ito para sa kanyang sarili. Sa ating mundo, ang Pharaoh ay humihikayat sa atin na tumanggap ng kasiyahan gamit ang ating natural na pagnanais na paligayahin ang ating mga sarili.

Sa Passover Haggada, ito ay tinatawag na ang "matandang Pharaoh." Pagkatapos sinasabi na may isang bagong hari na tumindig sa Egypt. Ito ang Pharaoh na nagdadala sa atin sa espiritwalidad, at pagkatapos para sa sarili nito mismo.

Ang siyensya ay nagtagumpay na sa pagkopya sa katawan nang tao; paano naman kaya ang sa kaluluwa?

Ang kaluluwa ay walang kaugnayan sa ating katawang-lupa. ang ating pisikal na katawan ay maaaring mabuhay bilang isang biological na "mala-hayop" na katawan, na mayroong nagpapasiglang puwersa na tinatawag na "mala-hayop na kaluluwa." Ngunit iyon ay walang kinalaman sa Mataas na Kaluluwa.

Hindi natin tinatanong ang ating mga sarili kung bakit may mga baka, manok, o kaya'y pusa, at anong uri nang kaluluwa ang naninirahan sa mga ito. Datapwat ang mga ito rin ay may mga kaluluwa, ngunit ang nasa kanila ay simpleng mala-hayop na puwersa na bumubuhay sa kanila, ang kaparehong puwersa na bumubuhay sa ating sariling mga katawan.

Kaya ang isang katawan ay maaaring makopya at walang problema doon. Sa hinaharap, ang lahat nang mga organo at kalaunan, ang buong katawan ay magagawa nang makopya. Ngunit ang kaluluwa ay hindi nakadepende sa katawan dahil ang tao ay nakakatanggap nang kaluluwa ayon sa nakatakdang mga espiritwal na batas, kung saan ang pisikal at biological na siyensya ay walang kinalaman. Ito ang dahilan kung bakit hindi magagawang makopya ang kaluluwa.

Maraming mga tao sa ating mundo na yaong Mataas na Kaluluwa ay hindi umiiral kahit anupaman. Ang kaluluwang iyon ay tinawag na "punto ng puso." May mga tong mayroon nito at mga taong wala pa nito. Hindi sinasadya, hindi natin malalaman kung sino ang mayroon nito at ang wala.

Paanong ang isang kaluluwa ay nailipat ang sarili nito sa kolektibong kaluluwa ni Adam?

Ang kaluluwa ay hindi kailanman talagang nilisan ang kolektibong kaluluwa; ito'y simpleng tumigil na maramdaman ito noong ito'y nagkaroon nang makasariling pagnanasa. Ngunit sa proseso nang paghahanagad nang pagwawasto, ang kaluluwa ay iniwasto itong kakulangan nang pagdama at muling natuklasan ang tunay na katayuan nito sa kolektibong kaluluwa.

Ang pagkakamit muli nang pakiramdam na ito ay tinatawag na "ang pag-akyat sa baytang nang espiritwal na bahagdan" mula sa ating mundo tungo sa mundo nang Atzilut.

Appendix 1: Mga Kadalasang Katanungan

Paanong ang indibidwal na kaluluwa ay nahiwalay sa kolektibong kaluluwa?

Habang ang kaluluwa ay nagkakaroon nang karagdagang, dipa-wastong makasariling mga pagnanasa, nawawala ang pandama nito sa espiritwal na mundo, na ang kaluluwa ay naiintindihan ito na bilang isang paghiwalay sa kolektibong kaluluwa. Bilang resulta, ito'y nagsisimulang makaramdam nang mas magaspang na pagnanasa sa sarili nito, tinatawag na isang "katawan." Ang kaluluwa ay nararamdaman ito bilang "kapanganakan" sa biological na katawan.

Paanong ang isang kaluluwa ay napupunta sa isang katawan?

Kung ang tinutukoy ay ang biological na katawan, kung gayon ang kaluluwa ay walang kinalamang anuman dito. Ngunit kung ang tinutukoy na "katawan" ay pagnanasa, kung ang pagnanasa ay makasarili o egotistiko, ito'y tinatawag na "isang katawan nang mundong ito."

Kung ang pagnanasa ay altruisitiko o di-makasarili, ito'y tinatawag na "isang espiritwal na katawan." Ang lahat nang katanungan ito ay ipinaliwanag sa sanaysay na "Pambungad sa Aklat ng Zohar."

Appendix Two
Mga Karagdagang Babasahin

Ngayong natapos na ninyo ang Kabbalah Para sa Nagsisimula, marahil maitatanong ninyo ano ang magiging kasunod. Ang appendix ay makakatulong sa inyo upang magkakapagpasiya.

Ating hinati ang mga aklat sa apat na kategorya--Nagsisimula, Intermediate, Advanced, at Panglahatan. Ang unang tatlong kategorya ay nahahati sa pamamagitan nang antas nang kaalaman na kinakailangan na dapat mayroon ang mambabasa. Ang pang-apat na kategorya, ang Panglahatan ay may kasamang mga aklat na inyong palaging matatamasa, kahit kayo ay lubos na baguhan o bihasa na sa Kabbalah.

Kung ang Kabbalah Para sa Nagsisimula ay ang inyong aklat na inilathala nang Laitman Kabbalah Publishers o Upper Light Publishing, aming irerekomenda na basahin ninyo ang isa pang aklat para sa nagsisimula, na mayroong naiibang pagtingin, tulad nang *Kabbalah, Science, and the Meaning of Life*, o ang *From Chaos to Harmony*, bago kayo tumuloy sa intermediate na antas.

MGA NAGSISIMULA

Kabbalah Inihayag (*Kabbalah Revealed*)

Ito ay isang malinaw na sulatin, magaang na gabay sa pagkakaroon nang pandama sa kapaligiran sa mundo. Bawat isa nang anim na kabanata ay tumutuon sa isang kakaibang aspeto nang karunungan nang Kabbalah, pinagliliwanag ang mga katuruan at ipinaliliwanag ang mga ito gamit ang sari-saring halimbawa mula sa ating pang-araw-araw na buhay.

Ang unang tatlong kabanata sa Kabbalah Revealed ay nagpapaliwanag kung bakit ang mundo ay nasa krisis na kalagayan, kung paanong ang ating lumalaking mga pagnanasa ay nagsusulong nang pag-unlad gayundin nang pagkakatiwalag at kung bakit ang pinakamalaking sagabal upang matamo ang positibong pagbabago ay nakaugat sa ating sariling espiritu. Ang ika-apat na kabanta hanggang ika-anim ay naghahain nang mungkahi para sa positibong pagbabago. Sa mga kabanatang ito, ating matututunan kung paano natin magagamit ang ating mga espiritu upang magtayo nang isang personal na mapayapang buhay na naka-ayon sa lahat ng Paglikha.

Nakamamanghang Karunungan (*Wondrous Wisdom*)

Ang aklat na ito ay nnaghahain nang panimulang kurso sa Kabbalah. Ang Wondrous Wisdom ay nakabatay lamang nang tangi sa mga antigong katuruan na ipinasa nang Kabbalistang guro sa mag-aaral sa loob nang nakalipas na libong taon. Ang pinakabuod nang aklat ay isang pagkakasunod-sunod na mga aralin na naghahayag nang kalikasan nang karunungan nang Kabbalah at nagpapaliwanag kung paano ito matatamo. Para sa mga taong nagtatanong nang "Sino talaga ako?" at "Bakit ako nasa daigdig na ito?" ang aklat na ito ay nararapat.

Pagkakamulat sa Kabbalah (Awakening to Kabbalah)

Isang katangi-tangi na personal at nakakagitlang pambungad sa isang antigong tradisyon nang karunungan. Sa aklat na ito, naglatag si Rav Laitman nang isang malalim na pag-unawa sa pinaka-pangunahing katuruan nang Kabbalah at kung paano ninyo magagamit ang karunungan upang mailinaw ang inyong pakikipag-ugnayan sa iba at sa mundo na iyong kapaligiran.

Gamit ang lengwaheng siyentipiko at matulain, kanyang inusisa ang pinaka-malalim na mga katanungan sa espiritwalidad at buhay. Ang mapamukaw, at katangi-tanging gabay na ito ay maghihikayat at magpapasigla sa inyo na tingnan ang mundo nang higit dito at sa limitasyon nang inyong pang-araw-araw na buhay, maging mas mapalapit sa Maylikha, at maarok ang kalaliman nang kaluluwa.

Kabbalah, Siyensya at Kahulugan ng Buhay
(Kabbalah, Science and the Meaning of Life)

Ang Kabbalah ay nagpapaliwanag tungkol sa mekanismo na nagtataguyod sa buhay; ang Kabbalah ay ipinapaliwanag bakit umiiral ang buhay. Sa Kabbalah, Siyensya at sa ang Kahulugan nang Buhay, si Rav Laitman at pinaghalo ang siyensya at espiritwalidad sa nakaka-bighaning salaysay na naghahayag nang kahulugan nang buhay.

Sa loob nang libong taon ang mga Kabbalista ay patuloy na nagsusulat na ang mundo ay nag-iisang paglikha na nahati sa magkakahiwalay na mga nilalang. Sa kasalukuyan ang makabagong siyensya nang quantum physics ay nagsasabi nang katulad na ideya: na sa pinaka-pangunahing antas nang mga bagay, tayong lahat ay tunay na iisa.

Ang siyensya ay pinatunayan na ang reyalidad ay naapektuhan nang nakamamasid na nagsusuri dito.; at gayundin ang Kabbalah. Subalit ang Kabbalah ay gumawa nang mas mapangahas na pangungusap: na maging ang Maylikha, ang Gumawa nang reyalidad ay nasa ating loob. Sa madaling salita, ang Diyos nasa loob natin; hindi Siya umiiral saan pa man. Kapag tayo'y pumanaw, gayundin Siya.

Ang mga nakakayanig na mga konseptong ito at iba pa ay buong husay na ipinakilala kaya maging ang mga bagong mambabasa sa Kabbalah o kaya'y sa siyensya ay madaling maiintindihan ang mga ito. Samakatwid kung kayo man ay may kakaunting pagtataka kung bakit kayo naririto, kung ano ang kahulugan nang buhay, at kung ano ang magagawa natin upang higit na matamasa ito, ang aklat na ito ay para sa iyo.

Mula sa Sigalot tungo sa Pagkakaisa *(From Chaos to Harmony)*

Maraming mananaliksik at mga siyentipiko ang sumasang-ayon na ang ego ang dahilan sa likod nang mapanganib na katayuan nang ating mundo sa kasalukuyan. Ang aklat na ito ni Laitman na nagbukas nang bagong landas ay hindi lamang nagpakita na ang ego ay ang matagal nang sanhi nang lahat ng pagdurusa sa buong kasaysayan nang sangkatauhan, ngunit ipinakita rin nito kung paano natin mababago ang ating pinagdaraanan tungo sa kasiyahan.

Ang aklat ay naglalaman nang malinaw na pag-aaral nang kaluluwa nang nilalang, ang mga problema nito, at nagbibigay nang isang "mapa" nang kailangan nating gawin upang maging maligaya muli. Ang From Chaos to Harmony ay ipinapaliwanag kung paano natin magagawang maka-angat sa isang bagong antas nang buhay sa personal, panlipunan, pambansa at pandaigdigang antas.

APPENDIX 2: Mga Karagdagang Babasahin 223

INTERMEDIATE

Ang Karanasan sa Kabbalah (The Kabbalah Experience)

Ang kalaliman nang karunungan na nahayag sa mga katanungan at mga kasagutan na parte ng aklat na ito ay magbibigay nang inspirasyon sa mga mambabasa na magmuni-muni at magnilay. Ang aklat na ito ay hindi kailangang madaliin, sa halip basahin ito nang buong ingat at buong pag-iisip. Sa ganitong paraan, ang mga mambabasa ay magsisimulang makaranas nang papalaking pakiramdam nang kaliwanagan habang simpleng nilalasap ang mga sagot sa mga katanungan nang bawat mag-aaral nang Kabbalah kasabay sa pag-aaral.

Ang aklat na The Kabbalah Experience ay isang giya mula sa nakalipas tungo sa hinaharap, at nagpapakita nang mga sitwasyon na lahat nang mag-aaral ay mararanasan sa isang bahagi nang kanilang paglalakbay. Para doon sa mga minamahalaga ang bawat sandali sa buhay, ang aklat na ito ay naghahain nang walang katulad na pananaw sa walang hanggang karunungan nang Kabbalah.

Ang Landas ng Kabbalah (The Path of Kabbalah)

Ang katangi-tanging aklat na ito ay pinagsama ang mga materyales para sa mga nagsisimula sa mas abanteng konsepto at mga katuruan. Kung nakabasa na kayo nang isa o dalawang aklat ni Laitman, inyong makikita ang aklat na ito ay napakadaling maka-ugnay. Habang nasa yugto nang mga panimulang mga konsepto tulad nang pagdama sa reyalidad at Kalayaan sa Pagpili, ang The Path of Kabbalah ay magiging mas malalim at mas lalawak nang higit sa sakop nang mga aklat nang nagsisimula. Halimbawa, ang balangkas nang mga mundo ay ipinaliwanag ng mas detalyado dito ay kaysa sa "purong" aklat nang nagsisimula. Gayundin inilarawan ang espiritwal na ugat nang mga karaniwang mga bagay tulad nang kalendaryong Hebreo at mga kapistahan.

MAUNLAD (ADVANCED)

Ang Siyensya ng Kabbalah (The Science of Kabbalah)

Ang Kabbalista at Siyentipikong si Rav Michail Laitman, PhD, ay dinisenyo ang aklat na ito upang ipakilala sa mambabasa ang espesyal na lenggwahe at mga termino ng tunay na karunungan nang Kabbalah sa isang paraan na parehong makatwiran at may huwisyo. Ang mga mambabasa ay unti-unting ginagabayan sa pag-unawa nang matalinong disenyo nang Sanlibutan at nang buhay na umiral dito.

Ang siyensya nang Kabbalah ay isang rebolusyonaryong gawa na walang katulad sa linaw nito, lalim at pang-akit sa talino, ay magbibigay kakayahan sa mga mambabasa nang paraan sa mas teknikal na mga gawa ni Baal HaSulam, tulad nang *Ang Pag-aaral sa Sampung Sefirot* (The Study

Appendix 2: Mga Karagdagang Babasahin

of the Ten Sefirot) at ang *Ang Aklat ng Zohar* (*The Book of Zohar*). Ang mga mambabasa nang aklat na ito ay tatamasahin ang kasiya-siyang mga kasagutan sa mga pala-isipan nang buhay na tanging ang tunay na Kabbalah lamang ang makapagbibigay. Maglakbay sa mga pahina at humanda sa isang kagila-gilalas na paglalakbay sa mga Mataas na Mundo.

Pambungad sa Aklat ng Zohar *(Introduction to the Book of Zohar)*

Ang aklat na ito, kasama ang Ang Siyensya ng Kabbalah ay isang kinakailangang paghahanda para doon sa mga magnanais na maunawaan ang natatagong mensahe nang *Ang Aklat ng Zohar*. Kabilang sa mga maraming makakatulong na mga topiko na tinalakay dito ay ang isang pambungad sa "lenggwahe nang mga ugat at mga sanga," na kung wala ito ang mga kuwento sa Ang Zohar ay parang mga kathang-isip at alamat lamang. Ang Pambungad sa Aklat ng Zohar ay magbibigay nang kinakailangang kasangkapan upang maunawaan ang tunay na Kabbalah tulad nang kung paano ito sadyang ginawa na maging daan upang matamo ang mga Mataas na Mundo.

PANGKALAHATAN (ALL AROUND)

Pagtatamo ng Mundong Malayo *(Attaining the Worlds Beyond)*

Mula sa pambungad ng Pagtatamo nang Mundong Malayo, "...Hindi maganda ang nararamdaman noong Jewish New Year nang September 1991, ang aking guro ay tinawag ako at sinabing, "Kunin mo ito at matuto mula rito." Nang sumunod na araw, ang aking guro ay pumanaw sa aking mga bisig, iniwan ako at marami niyang mga tagasunod nang walang gabay sa mundo.

Madalas niyang sinasabi, "Gusto kong maturuan kayo na bumaling sa Maylikha sa halip na sa akin, dahil Siya lamang ang kalakasan, ang tanging Pinagmulan nang lahat nang nabubuhay, ang tanging Isa na talagang makakatulong sa inyo, at hinihintay Niya ang inyong mga dalangin para sa tulong. Sa sandaling humingi kayo nang tulong sa inyong paghahanap sa kalayaan mula sa pagkakagapos nitong mundong ito, tulong sa pag-angat nang inyong sarili sa ibabaw nang mundong ito, tulong sa paghahanap sa inyong sarili, at tulong sa pagtukoy sa inyong layunin sa buhay, kayo'y bumaling sa Maylikha, na nagpapadala sa inyo nang lahat nang inyong mga pagsusumikap upang mapilitan kayo na bumaling sa Kanya."

Ang Pagtatamo nang Mundo sa Kabilan ay naglalaman nang mga bagay na nasa notebook na iyon, kasama nang iba pang mga nakakapukaw na salita. Ang aklat na ito ay umaabot doon sa mga naghahanap nang isang makabuluhan at maasahang paraan na maunawaan ang mga pangyayari sa mundo. Ang kaakit-akit na pambungad na ito sa karunungan ng Kabbalah ay magpapalinaw sa kaisipan, magpapasigla sa puso, at magdadala sa mambabasa sa kailaliman nang kanilang kaluluwa.

Appendix 2: Mga Karagdagang Babasahin

Mga Batayang Konsepto sa Kabbalah *(Basic Concepts in Kabbalah)*

Ito ay isang aklat na makakatulong sa mambabasa na maghangad nang isang paglapit sa mga konsepto ng Kabbalah, sa mga espiritwal na bagay at mga espiritwal na termino. Sa pagbabasa at pauli-ulit na pagbabasa nitong aklat, ang isang tao ay makakayang makagawa nang mga panloob na pagsusuri, mga pandama, at mga paraan na hindi pa umiral sa kalooban sa nakaraan. Ang mga bagong natamong pagsusuri ay tulad nang mga radar na "nakakaramdam" sa ating kapaligiran na labas sa ating mga karaniwang pandama.

Kaya ang Batayang Konsepto ng Kabbalah ay sinadya upang palakasin ang pagninilay nang mga espiritwal na mga termino. Sa sandaling nakapag-kaisa na tayo sa mga terminong ito, magsisimula na tayong makakita gamit ang ating panloob na paningin, ang pagtambad nang espiritwal na balangkas na pumapalibot sa atin, halos parang ulap na naglaho.

Muli ang aklat na ito ay hindi naglayon sa pag-aaral nang mga pangyayari. Sa halip ito ay isang aklat para doon sa mga nagnanais na magising ang pinaka-malalalim at pinaka-banayad na pandama na magagawa nilang matamo.

Appendix Three
Tungkol sa Bnei Baruch

Ang Bnei Baruch ay isang grupo nang mga Kabbalista sa Israel, nagbabahagi nang karunungan nang Kabbalah sa buong mundo. Ang mga materyales sa pag-aaral na isinalin sa higit 20 mga lenggwahe ay nakabatay sa tunay na mga Kabbalistikong salita na ipinasa mula isang henerasyontungo sa kasunod na henerasyon.

KASAYSAYAN AT PINAGMULAN

Noong 1991, kasunod nang pagpanaw nang kanyang guro na si Rabbi Baruch Shalom HaLevi Ashlag (si Rabash), si Michael Laitman, Propesor ng Ontology, at Teorya ng Kaalaman, may PhD sa Pilosopiya at Kabbalah, at MSc sa Medical Cybernetics, ay itinatag ang isang grupo ng mag-aaral na tinawag na "Bnei Baruch." Tinawag niya itong Bnei Baruch ("Sons of Baruch") bilang paggunita sa alaala nang kanyang tagapagturo, na hindi niya nilayuan ang piling sa loob nang huling labing-dalawang taon nang buhay nito, mula 1979 hanggang 1991. Si Rav Laitman ay naging pangunahing mag-aaral at ayudante at tinanggap na kasunod na tagapagturo nang sistema nang pagtuturo ni Rabash.

Appendix 3: Tungkol sa Bnei Baruch

Si Rabash ay ang panganay na anak at kasunod ni Rabbi Yehuda Ashlag ang pinakadakilang Kabbalista nang ika 20 siglo. Si Rabbi Ashlag ay ang nag-akda nang pinakamarapat na paniwalaan at komprehensibong komentaryo sa aklat nang The book of Zohar, na pinamagatang The Sulam Commentary (The Ladder Commentary). Siya ang unang naghayag nang kumpletong paraan para sa pag-angat sa espiritwalidad, kaya nakilala siya bilang Baal HaSulam ("Owner of the Ladder"). Sa kasalukuyan, ang Banei Baruch ay ibinabatay ang kabuuan nang sistema nang pag-aaral nito sa landas na pinatag nang dalawang espiritwal na lider na ito.

ANG PARAAN NG PAG-AARAL

Ang katangi-tanging paraan nang pag-aaral na nagawa ni Baal HaSulam at kanyang anak na si Rabash, ay itinuturo at ginagamit sa pang-araw-araw na paraan ng Bnei Baruch. Ang sistemang ito ay nakasalalay sa tunay na mga sulatin tulad nang The Book of Zohar, ni Rabbi Shimon Bar-Yochai. Ang The Tree of Life nang Banal na Ari, at ang The Study of the Ten Sefirot ni Baal HaSulam.

Samantalang ang pag-aaral ay nakasalalay sa mga tunay na pinagmulan nang mga Kabbalistikong sulatin, ito'y inihahatid sa simpleng lengguwahe at gumagamit nang siyentipiko at makabagong pamamaraan. Ang pagpapa-unlad nang ganitong paraan ay nagawa ang Bnei Baruch na isang pandaigdigang, iginagalang na organisasyon sa Israel at maging sa buong mundo rin.

Ang katangi-tanging pagsasama nang isang akademikong sistema nang pag-aaral at mga personal na karanasan ay nagpapalawak sa pananaw nang mag-aaral at nabibigyan sila nang bagong pagtingin sa reyalidad na pinamumuhayan nila. Yaong mga nasa espiritwal na landas ay nabibigyan nang kinakailangang kasangkapan na saliksikin ang kanilang mga sarili at ang kanilang nakapalibot na reyalidad.

ANG MENSAHE

Ang Bnei Baruch ay isang magkakaibang pagkilos nang maraming libong mag-aaral sa buong mundo. Ang mga mag-aaral ay maaari nilang piliin ang sarili nilang landas at personal na sidhi sa kanilang pag-aaral, ayon sa kanilang mga natatanging kalagayan at kakayahan. Ang buod nang nilalaman nang mensahe na ipinapalaganap ng Bnei Baruch ay pangsanlibutan: "pagkakaisa nang mga mamamayan, pagkakaisa nang mga bansa at pagmamahal sa tao."

Sa nagdaang ilang milenya, ang mga Kabbalista ay patuoy na nagtuturo na ang pagmamahal sa tao ay nararapat na maging pundasyon nang lahat nang ugnayan nang nilalang. Ang pag-ibig ay namayani sa panahon ni Abraham, ni Moses at mga grupo nang mga Kabbalista na kanilang itinatag. Kung bibigyan natin nang puwang itong mga matatagal na ngunit napapanahong mga pagpapahalaga, ating matutuklasan na tayo'y nagmamay-ari nang kakayahan na magsantabi nang mga pagkakaiba at magkaisa.

Appendix 3: Tungkol sa Bnei Baruch

Ang karunungan nang Kabbalah na nakubli sa mahabang panahon, ay matagal nang naghihintay nang sandali na tayo'y uunlad nang sapat at handa upang isagawa ang mensahe nito. Sa kasalukuyan ito'y lumilitaw na isang solusyon na magagawang pagkaisahin ang iba't-ibang paksyon saanman, at magpapahusay sa atin bilang indibidwal at bilang isang lipunan na harapin ang mga hamon nang kasalukuyang panahon.

MGA AKTIBIDAD

Ang Bnei Baruch ay itinatag sa kahingian na "tanging sa pagpapalawak lamang ng karunungan nang Kabbalah ang publiko ay magagawang mabiyayaan nang ganap na katubusan" (Baal HaSulam).

Kaya ang Bnei Beruch ay naghahain nang sari-saring kaparaanan sa mga tao upang saliksikin at tuklasin ang layunin nang kanilang mga buhay, habang nagbibigay nang maingat na paggabay sa mga nagsisimula at mga maunlad na mag-aaral.

Kabbalah Ngayon (Kabbalah Today)

Ang *Kabbalah Ngayon* ay isang libreng buwanang pahayagan na inilalathala at pinamamahagi nang Bnei Baruch. Ito ay isang di-politikal, di-komersyal na nasusulat sa isang malinaw at napapanahong estilo. Ang layunin nito ay isiwalat ang malawak na larangan nang kaalaman na natatago sa karunungan nang Kabbalah nang walang bayad at sa isang malinaw at kaaya-ayang programa at estilo para sa mga mambabasa saanman.

Ang *Kabbalah Ngayon* ipinamamahagi sa nang walang bayad sa bawat malaking siyudad sa Estados Unidos, at maging sa Toronto, Canada, London, England at Sydney, Australia. Ito'y inilalathala rin sa English, Hebreo at Russian, at mararating din sa Internet sa www.kabtoday.com.

Bilang karagdagan, aktwal na kopya nang pahayagan ay ipinapadala sa mga tagasubaybay sa aktwal na halaga lamang nang paghahatid.

Internet Website *(Tahanan sa Internet)*

Ang tahahanang lugar nang Bnei Baruch sa internet ay www.kabbalah.info, na nagpapakita nang tunay na karunungan ng Kabbalah gamit ang mga sanaysay, mga aklat, at orihinal na mga sulatin. Ito ang pinakamalaking website sa internet, at naglalaman nang isang natatanging, malawak na silid aklatan para sa mga mambabasa upang lubusang masaliksik ang karunungan nang Kabbalah. Bilang karagdagan, mayroon ding isang media archive. www.kabbalahmedia.info, na naglalaman nang higit sa 5,000 bagay, mga pwedeng ma-download na mga aklat at malawak na natipong teksto, mga video at audio sa maraming mga lengguwahe. Ang lahat nang materyales ay makukuha nang walang bayad.

Appendix 3: Tungkol sa Bnei Baruch

Kabbalah Television

Ang Bnei Baruch ay nagtayo nang isang kumpanya, ang ARI Films (www.arifilms.tv) na nakatuon sa paggawa nang edukasyonal na mga programa sa TV sa buong mundo at sa iba'-ibang mga lengguwahe.

Sa Israel, ang broadcasts ng Bnei Baruch ay isinasahimpapawid sa pamamagitan nang cable at satellite sa Channel 98 mula Linggo hanggang Biyernes. Ang lahat nang broadcasts sa channel na ito ay walang bayad. Ang mga programa ay naka-akma para sa mga nagsisimula at hindi nangangailangan anumang angking kaalaman sa mga materyales. Ang madaling proseso ng pag-aaral ay sinamahan nang mga programa na itinatampok ang mga pakikipag-pulong ni Rav Laitman sa mga kilala nang publiko na mga tao sa Israel at sa buong mundo.

Bilang karagdagan, ang Ari Filims ay gumagawa nang mga edukasyonal na mga serye ng lectures at mga dokumentaryo sa DVD at maging iba pang mga gamit sa pagtuturo.

Mga Aklat sa Kabbalah

Si Rav Laitman ay isinusulat ang kanyang mga aklat sa malinaw, at napapanahong estilo batay sa mga mahalagang konsepto ni Baal HaSulam. Ang mga aklat na ito ay nagsisilbing mahalagang kawing sa pagitan nang mga kasalukuyang mambabasa at mga orihinal na mga sulatin. Ang lahat nang mga aklat ni Rav Laitman ay magagamit para ipagbili gayundin bilang walang bayad na pag-download. Si Rav Laitman sa kasalukuyan ay nakapagsulat na nang tatlumpung mga aklat, na isinalin sa sampung mga lengguwahe.

Mga Kabbalah Lessons

Tulad nang mga Kabbalista nang nagdaang mga siglo, Si Rav Laitman ay nagbibigay nang araw-araw na lesson sa Bnei Baruch sa Israel sa pagitan nang 3:15 hanggang ika 6 nang umaga sa oras ng Israel. Ang mga lessons ay sabay na isinasalin sa anim na mga lengguwahe: sa English, Russian, Spanish, German, Italian at Turkish. Sa malapit na hinaharap, ang mga boroadcasts ay isasalin na rin sa French, Greek, Polish at Portuguese. Tulad nang iba pang bagay, ang buhay na pagbo-broadcast ay ibinibigay nang walang bayad sa libo-libong mag-aaral sa buong daigdig.

Funding

Ang Bnei Baruch ay isang non-profit na organisasyon sa pagtuturo at pamamahagi nang karunungan nang Kabbalah. Upang mapanatili ang pagsasarili at kadalisayan nang intensiyon, ang Bnei Baruch ay hindi sinusuportahan, ginagastusan at hindi man naka-ugnay sa anumang organisasyon nang pamahalaan o pampulitikang samahan.

Appendix 3: Tungkol sa Bnei Baruch

Sapagkat ang kalakhan nang ginagawa nang Bnei Baruch ay walang bayad, ang pangunahing pinanggagalingan nang pondo para sa mga gawin nang grupo ay mula sa donasyon, tithing--na iniaambag nang mgaa mag-aaral nang kusang loob--at mula sa mga aklat ni Rav Laitman na ipinagbibili sa aktwal na halaga.

PAANO MAKIKIPAG-UGNAY SA BNEI BARUCH:

1057 Steeles Avenue West,
Suite 532
Toronto ON, M2R 3X1 Canada
info@kabbalahbooks.info

Email: info@kabbalah.info
Website: www.kabbalah.info
Toll free in USA and Canada
1-866 LAITMAN